ફાઈલ-K

આતંકના લાક્ષાગૃહમાં કૉમનમૅન

પ્રફુલ શાહ

મુખ્ય પ્રાપ્તિસ્થાન

નવભારત સાહિત્ય મંદિર

જૈન દેરાસર પાસે, ગાંધી રોડ, અમદાવાદ - ૩૮૦ ૦૦૧

૨૦૨, પેલિકન હાઉસ, ગુજરાત ચેમ્બર ઑફ કૉમર્સના કંપાઉન્ડમાં,
આશ્રમ રોડ, અમદાવાદ - ૩૮૦ ૦૦૯

☎ (૦૭૯) ૨૨૧૩૯૨૫૩, ૨૨૧૩૨૯૨૧
૯૮૨૫૦ ૩૨૩૪૦

e-mail : info@navbharatonline.com
www.navbharatonline.com
fb.com/NavbharatSahityaMandir

FILE - K

Novel

by Praful Shah

Navbharat Sahitya Mandir
AHMEDABAD
2021

ISBN No. : 978-93-93223-39-5

પ્રથમ આવૃત્તિ: ૨૦૨૧

પૃષ્ઠ: ૧૨૦

લેખકનો ફોટો: દીપક જે. મહેતા

પ્રકાશક
મહેન્દ્ર પી. શાહ
નવભારત સાહિત્ય મંદિર
જૈન દેરાસર પાસે, ગાંધી રોડ, અમદાવાદ-૩૮૦૦૦૧
ફોન: (૦૭૯) ૨૨૧૩૯૨૫૩, ૨૨૧૩૨૯૨૧
E-mail : info@navbharatonline.com
Web : www.navbharatonline.com
fb.com/NavbharatSahityaMandir

અર્પણ

બાળ-સખા અને મારા પ્રથમ નાટક
'અજબ ગજબ કસબ'ના
નિર્માતા **મુકુંદ જોશીને**

પ્રસ્તાવના

7 જૂન, 2009. રવિવારની વરસાદી સાંજે નાટક 'અજબ ગજબ કસબ' મુંબઈના તેજપાલ હૉલમાં ઓપન થયું. દિગ્ગજ ગુજરાતી નાટ્યકાર તરીકે અરવિંદ ઠક્કરનું છેલ્લું ને લેખક તરીકે મારું પહેલું નાટક. મેઘના રૉય, રિન્કુ પટેલ, જિતેન્દ્ર સુમરા, રાજ વઝીર અને સુનીલ શાહ અભિનિત આ નાટક 'બાળ-સખા' મુકુંદ જોશીનું નિર્માતા તરીકે પણ પદાર્પણ.

ઘણાંને નાટક ગમ્યું. 20 જેટલા શો થયા, પણ અમુક ઘરના ઘાતકી અને સૉલ્ડ આઉટ શોના રાજકારણને લીધે નુકસાન થયું, પણ સૌને સંતોષ થયો. રિન્કુ પટેલ, જિતેન્દ્ર સુમરા અને રાજ વઝીરે ખરેખર કમાલ કરી.

જાણીતા સમીક્ષક સ્વ. ઉત્પલ ભાયાણીએ 'જન્મભૂમિ પ્રવાસી'માં 'અજબ ગજબ કસબનો આતંક' ટાઇટલ હેઠળ લખ્યું, "...પત્રકાર તરીકે અનુભવી પ્રફુલ શાહ લિખિત આ નાટક 'જર, જમીન કે જોરુના કજિયા'માંથી આકાર પામતું નથી. ધાડ અને આતંકવાદની આજે કનડતી સમસ્યાઓનો પણ એમાં સમાવેશ કરવામાં આવ્યો છે... ગુજરાતી રંગમંચ પર નાને મોઢે મોટી વાત થતી હોય એવું લાગે, પણ રહસ્ય નાટકનું સંવિધાન સાચવીને પ્રફુલ શાહે લેખનમાં અને અરવિંદ ઠક્કરે દિગ્દર્શનમાં ઉત્તેજનાસભર વાતાવરણ ઊભું કર્યું છે. ગુજરાતી રંગભૂમિ પર બહુ ઓછી જોવા મળે એટલી અધિકૃત રીતે 'અજબ ગજબ કસબ'માં આતંકની રજૂઆત થઈ છે, જેનું શ્રેય આલેખન, દિગ્દર્શન અને ત્રણેય કલાકારોને જાય છે. જોવું-સાંભળવું ન રુચે એટલી હદે અહીં ગુંડાગીરી ભાષા હાવભાવ અને વર્તનમાં જોવા મળે છે..."

આ નાટકનો વિષય આજેય પ્રાસંગિક છે. એટલે જ નવા રંગરૂપ અને થોડાંક પાત્રોના ઉમેરા સાથે પેશ છે 'ફાઈલ-K'.

બાળપણના મિત્ર અને આ નાટકના નિર્માતા સ્વ. મુકુંદ જોશીને 'ફાઈલ-K' અર્પણ કરતાં હૃદયમાં આનંદ સાથે વેદના ઉછાળા મારે છે. આ પુસ્તકના મુખપૃષ્ઠ પર નાટકના ફોટો વાપરવાની સહર્ષ મંજૂરી બદલ મુકુંદનાં પત્ની હર્ષાભાભીનો આભાર.

આ વિષય પર હજી મનમાં કંઈક રમે છે.

હાલ પૂરતું, ઑવર ટુ વાચકરાજ્જા.

પ્રફુલ શાહ

E-mail: prafulshah1@gmail.com

1

રહીરહીને કમાલ કરી ગયા પી વન. આ હુલામણું નામ. પૂરું નામ પુરુષોત્તમ વનરાજ જાડેજા. સત્તાવાર રીતે ઓળખાય ડીસીપી જાડેજા તરીકે. ડેપ્યુટી કમિશનર ઑફ પોલીસ હતા મુંબઈમાં, ગઈ કાલે સાંજે પાંચ વાગ્યા સુધી. પાંચ વાગીને એક મિનિટે થઈ ગયા ભૂતપૂર્વ ડીસીપી.

મુંબઈ શહેરમાં કુલ 141 ડીસીપી. એમાં સૌથી વધુ સમૃદ્ધ ગણાતા ઝોન નવના ડીસીપી જાડેજા સૌથી અલગ. એકદમ હટકે. ન ક્યારેય ભ્રષ્ટાચારમાં આવે, ન કોઈ વિવાદમાં નામ ઊછળે. ખંડણી કે એન્કાઉન્ટરમાં સાવ કોરી પાટી. એકદમ શિસ્તપ્રિય, ફરજનિષ્ઠ અને કાર્યક્ષમ. ભ્રષ્ટાચારના ભ કે લાંચના લ સાથે દૂરદૂરનોય સંબંધ નહીં. એમની આવી ઇમેજથી બળી જનારા ઑફિસરોને સમજાય નહીં કે આને નીચો પાડવો કેમ. જાડેજાએ સ્લોગનબાજી કે જુમલા ઉચ્ચાર્યા વગર લાઉડ મૅસેજ સૌને પહોંચાડ્યો હતો કે હું ખાતો નથી, ને ખાવા દેતોય નથી. ઘણા સાથીઓ તો હસીને રીસમાં બોલતા કે પીતો નથી, ને પીવડાવતોય નથી.

જાડેજાની દુનિયા એટલે પોલીસની નોકરી અને એકનો એક દીકરો વીરેન્દ્ર. પત્નીએ બીમારીને લીધે વહેલો સાથ છોડી દીધા બાદ પુરુષોત્તમ બની ગયા દીકરાના મા-બાપ અને દોસ્ત. રાજકોટની બાપ-દાદાની મિલકત વેચી નાખ્યા બાદ વિલેપાર્લેમાં ટુ બેડરૂમનો ફ્લૅટ લીધો એ લીધો. પોલીસખાતા તરફથી મળતું મકાન ન સ્વીકાર્યું. આજીવન લગભગ એકનું એક રુટિન ઘરેથી ઑફિસ અને ઑફિસથી ઘરે. હા, રજા જેવું ક્યારેક મળે ત્યારે દીકરા સાથે નાટક કે સંગીતના કાર્યક્રમમાં પહોંચી જાય. રવિવારે સવારે દીકરો રાંધે, પંદર વર્ષનો થયો ત્યારથી. રવિવારે સાંજે ડિનર બહાર હોય કે સાંજે કંઈક હળવો ખોરાક લઈ લે બાપ-દીકરો.

અત્યારે તો અઠ્ઠાવીસ વર્ષના વીરેન્દ્રનું મગજ બહેર મારી ગયું હતું. કંઈ સૂઝતું નહોતું. એ પપ્પાને કાયમ આગ્રહ કરતો કે ચાલો, રિટાયરમૅન્ટ પછી એક અફલાતૂન ટ્રીપ પ્લાન કરીએ. પુરુષોત્તમ કાયમ હસીને જવાબ આપે કે રિટાયરમૅન્ટ પછી વાત. વીરેન્દ્રને એક સવાલ પજવતો કે પપ્પા કેમ રિટાયરમૅન્ટ માટે ઍક્સાઇટેડ નથી? નિવૃત્તિ પછી શું કરવું એ કોયડો તો મૂંઝવતો નહીં હોય ને? ના, ના. હું એવું થવા નહીં દઉં. હવે તરત લગ્ન કરી લઈશ કે જેથી પપ્પાને ઘરમાં એકલતા ન લાગે અને પપ્પાએ પોતાની પસંદ નિયતિ પર માત્ર મંજૂરની મહોર નહોતી મારી, પણ દિલથી ખુશી વ્યક્ત કરી હતી.

વીરેન્દ્રને પપ્પાની અને નિયતિની પહેલી મુલાકાત યાદ આવી. પોતે ગભરાતા-શરમાતા નિયતિ સાથેના પ્રેમની વાત કરી. કોઈ ભાવ વ્યક્ત કર્યા વગર સિનિયર જાડેજાએ દીકરાનું ઇન્વેસ્ટિગેશન શરૂ કરી દીધું. સવાલ પર સવાલ પર સવાલ. અમુકની માહિતી તો વીરેન્દ્રનેય નહોતી. એને ગભરામણ થવા માંડી. નિયતિને આટલું બધું પૂછશે? કે આનાથીય વધુ? એક તો નિયતિ સાવ ઓછું બોલે. એમાં પપ્પાના સવાલની તડાફડી સામે ક્યાંક રડી ન પડે. વીરેન્દ્રએ શક્ય એટલી નિયતિને તૈયાર કરી: પપ્પા ખૂબ સારા માણસ છે, એકદમ પ્રેમાળ છે, વરસોથી એકલા છે અને કદાચ પોલીસમાં છે એટલે વધુ સવાલો પૂછે. યુ સી દીકરાના ભાવિ અને સુખ માટે કયા ફાધર ફિકર ન કરતા હોય? તું, તું ગભરાતી નહીં. હું તારી બાજુમાં બેઠો હોઈશ.

નિયતિને મળવા નીકળ્યા એ અગાઉ પપ્પાએ વીરેન્દ્રને બોલાવ્યો, 'મમ્મીના આશીર્વાદ લઈ લે. એ સાચું જ કરાવશે.' વીરેન્દ્ર પાંચ-છ વરસનો હતો ત્યારે મમ્મી કાયમ માટે છોડી ગયાં હતાં. હવે તો ચહેરોય પૂરો યાદ આવતો નહોતો. હા, ફોટો જોઈને દિલમાં કસક અનુભવાતી હતી જરૂર. સાથોસાથ વીરેન્દ્ર એ પણ કબૂલે કે પપ્પાએ પોતાને એક બાબતેય ખોટ સાલવા દીધી નથી. ક્યારેક એ જાતને સવાલ પૂછી બેસતો કે, શું મમ્મી હયાત હોત તો પોતે પપ્પાની આટલી નિકટતા સાધી શક્યો હોત? જવાબ જે હોય એ, પપ્પા અને ભગવાનનો ખૂબ આભારી હતો એ. આમ તો પપ્પા અને ભગવાન એના માટે એક જ હતા.

નિયતિ સાથેની મિટિંગ અગાઉ વીરેન્દ્રએ પપ્પામાં એક કૌતુક જોયું. તેઓ એટલી વ્યવસ્થિત રીતે તૈયાર થયા કે જાણે નિયતિ એમને રિજેક્ટ કરી દે એવો ડર ન હોય મનમાં. નિયતિ મહારાષ્ટ્રીયન હતી, પણ તેણે આગ્રહ કરીને બેસ્ટ ગુજરાતી થાળી પીરસતી વિલેપાર્લેની રેસ્ટોરાં પસંદ કરી. પપ્પાની વિશિષ્ટતા અને આદતો વિશે વીરેન્દ્ર પાસેથી લગભગ બધું જાણી ચૂકેલી નિયતિ સાદી

છતાં સારી સાડીમાં સજ્જ થઈને અડધો કલાક અગાઉ રેસ્ટોરાં પહોંચી ગઈ.

શાર્પ સાડા આઠ વાગ્યે પુરુષોત્તમ અને વીરેન્દ્ર રેસ્ટોરાં પહોંચ્યા. બંનેને આવતા જોઈને નિયતિ ઊભી થઈ ગઈ. પુરુષોત્તમ નિયતિ પાસે જઈને બેસી ગયા. વીરેન્દ્રને ગભરામણ થઈ કે આ તો લોચો થઈ ગયો. મેં નિયતિને ખાતરી આપી હતી કે ગભરાતી નહીં, હું તારી બાજુમાં જ હોઈશ. પુરુષોત્તમ જાડેજાએ ટકોર કરી દીકરાને, "બેસી જા. અહીં રાષ્ટ્રગીત નહીં ગવાય." નિયતિને ટૅન્શન વચ્ચેય હસવું આવ્યું, પણ મક્કમતાપૂર્વક રોકી લીધું. વીરેન્દ્ર બેસી ગયો. બિસલેરી બૉટલનું ઢાંકણ ખોલ્યું. ગ્લાસમાં પાણી ભરવા ગયો ત્યાં પુરુષોત્તમે ધડાકો કર્યો અને વીરેન્દ્રના હાથમાં બૉટલ એમની એમ રહી ગઈ.

"હું પોલીસવાળો છું. સખત છું, આકરો છું. મારી બે શરત છે. એ શરત થોડા દિવસ નહીં, પણ જીવનભર પાળવાની હોય તો વાત આગળ વધારીએ નિયતિ."

વીરેન્દ્રની હાલત કાપો તો લોહી ન નીકળે એવી. એને થયું કે પોતે ભૂલ કરી, મહા ભૂલ. કોર્ટમાં ચૂપચાપ લગ્ન કર્યા બાદ પપ્પાને જણાવવાની જરૂર હતી.

એકદમ બાઉન્સરથી ગભરાઈ ગયેલી નિયતિ માંડ માંડ "જી...જી, સર." બોલી શકી.

પુરુષોત્તમ પોલીસવાળા અવાજમાં જ બોલ્યા, "પુત્રવધૂ તરીકે હું તને ક્યારેય નહીં સ્વીકારું, મંજૂર છે?"

વીરેન્દ્રએ આંખ બંધ કરી દીધી. નિયતિના પગ પાણી પાણી થવા માંડ્યા. પુરુષોત્તમે બીજી શરત મૂકી, "તારે ક્યારેય મને સસરા માનવા-સમજવા નહીં. ઇઝ ધેટ ક્લિયર?"

નિયતિને સમજાયું નહીં કે પોતે શું બોલે? મહા ભયંકર ભૂલ સમાન આ મિટિંગ યોજવા બદલ વીરેન્દ્ર પોતાની જાતને દોષિત માનવા માંડ્યો. બે મિનિટની ચુપકીદી પુરુષોત્તમે જ તોડી, "અમે પોલીસવાળા ફેરવી ફેરવીને વાત કરીએ. ટૂંકમાં સમજાવી દઉં છેલ્લીવાર. મંજૂર હોય તો મોઢામાંથી બોલજે છોકરી, નહીં તો આ ડિનરનીય જરૂર નથી."

વીરેન્દ્રને થયું કે કાશ, પોતે પપ્પાને આગળ બોલતા રોકી શકતો હોત, પણ એ ક્યાં શક્ય હતું. પુરુષોત્તમ આગળ બોલ્યા, "બીજા શબ્દોમાં મારી શરતો મૂકું. હું તને ક્યારેય પુત્રવધૂ તરીકે નહીં સ્વીકારું. દીકરી તરીકે આવવું હોય તો મારા ઘરમાં જગ્યા છે. બીજી શરત, મને ક્યારેય સસરા નહીં, પપ્પા માનવાના. છે મંજૂર બંનેને?"

નિયતિના મન-મગજમાં શૂન્યાવકાશ છવાઈ ગયો. હૃદયમાં લાગણીના સાતેય સાગરો તોફાને ચડ્યા. પુરુષોત્તમનો હાથ પકડીને પોતાના મોઢા પર મૂકીને

એ રડી પડી. પાંચ-દસ પળમાં થોડીઘણી સ્વસ્થ થતાં એ માંડ બોલી શકી, "પપ્પા..." પણ ફરી રડવું આવી ગયું.

ધીમેથી હાથ છોડાવીને પુરુષોત્તમ ઊભો થયો, "હું આવું ફ્રેશ થઈને. તમે બંને નક્કી કરી લો કે મારી શરત મંજૂર છે કે નહીં?" પણ નિયતિએ હાથ પકડીને બેસાડી દીધા, "આટલા વરસે પપ્પા બનીને આવ્યા તો અત્યારે નહીં જવા દઉં. મને જ નહીં, વીરેન્દ્રને બંને શરતો મંજૂર છે. આજીવન, જન્મોજન્મ. આજે તમે દીકરીને જન્મ આપ્યો. આજે મારો બર્થડે સેલિબ્રેટ કરીશું."

પછી તો નિયતિ ટિશ્યૂથી આંખ લૂછતી જાય, ઑર્ડર આપતી જાય, વેઇટરને રોકીને પપ્પાની ડિશ પીરસતી જાય, પપ્પા સામે જોતી રહે અને માંડ થોડું થોડું ખાતી જાય. લાગણીના ધોધમાર માવઠાથી ત્રણેયનાં પેટ અને મન ભરાઈ ગયાં હતાં. માંડ માંડ જમવાનું પતાવ્યું.

વીરેન્દ્રના હાથમાંથી નિયતિએ બિલ આંચકી લીધું. બંનેની હુંસાતુંસી વચ્ચે પુરુષોત્તમે નાનો બૉમ્બ ફોડ્યો, "મારી આઇસક્રીમ ખાવાની ઇચ્છા છે હોં." વીરેન્દ્ર પપ્પા સામે જોઈ રહ્યો. ક્યારેય ઠંડું પાણી, કોલ્ડડ્રિન્ક, આઇસક્રીમ કે ઍસિડિટી હોય છતાં ઠંડું દૂધ પીનારા પપ્પાને આજે આઇસક્રીમ ખાવો છે? સવાલને મનમાં ધરબીને તેણે પૂછ્યું, "કયો આઇસક્રીમ ખાવો છે? ઑર્ડર આપી દઈએ."

"ના, ના. અહીં મજા ન આવે. ચર્ચગેટ જઈએ. ત્યાંનો રૂસ્તમનો આઇસક્રીમ ખાઈએ. મજા આવશે." નિયતિએ ધારદાર નજરે વીરેન્દ્ર સામે જોયું, પણ તેણે નકારમાં માથું હલાવ્યું. "મેં કંઈ કીધું નથી. પપ્પાને." નિયતિએ હસીને પુરુષોત્તમ સામે જોયું. પોલીસવાળા પપ્પાએ આવનારી દીકરીની ફેસબુક પ્રોફાઈલ ફંફોસી લાગે છે હોં.

એ રાતે પુરુષોત્તમે હદ કરી. નિયતિને આઇસક્રીમનો આગ્રહ કર્યો, પણ દીકરી સવાઈ નીકળી, "તમે કંપની આપો ત્યાં સુધી ખાઈશ." વીરેન્દ્ર તો બે આઇસક્રીમે અટકી ગયો, પણ બાપ-દીકરીએ ચાર-ચાર આઇસક્રીમ ઠપકાર્યો. ઘરે જઈને વીરેન્દ્રએ સૂચન કર્યું કે ગરમ પાણીથી કોગળા કરી લો. એકાદ ગ્લાસ હૂંફાળું પાણી પી લો. પુરુષોત્તમે એની વાત સાવ હસી કાઢી, "કંઈ નહીં થાય મને. તને નહીં સમજાય. જા, રૂમમાં. નિયતિ તારા ફોનની રાહ જોતી હશે."

વીરેન્દ્ર એકીટસે પપ્પાને જોઈ રહ્યો. ચીલઝડપે તે પપ્પાને ભેટી પડ્યો, કદાચ પહેલીવાર. વીરેન્દ્ર માંડ બોલી શક્યો, "થેન્ક્યુ પપ્પા." પુરુષોત્તમે એને અળગો કર્યો. માના ફોટા પાસે લઈ ગયો, "જો, મેં વચન આપ્યું હતું. આપણા બંનેની ઇચ્છાય હતી કે દીકરી આવે, પણ આ આવી ગયો. આજે એ ઇચ્છાય હું પૂરી

કરી આવ્યો. ખુશ છો ને તું? હવે કોઈ વચન બાકી નથી હોં."

વીરેન્દ્ર એ દિવસ ને એ ઘડીને ક્યારેય ભૂલી ન શક્યો. અત્યારે એની આંખ સામે એ બધાનું રિ-રન ચાલતું હતું. ડીએસપી તરીકે રિટાયર થયા એ સાંજે ઑફિસવાળા પાર્ટી રાખવા માગતા હતા, પણ પુરુષોત્તમે વિનંતી કરી કે થોડા દિવસ પછી રાખીએ. એ સાંજે વીરેન્દ્ર અને નિયતિ ફાઇવસ્ટાર હોટલમાં ગ્રાંડ સેલિબ્રેશનના મૂડમાં હતા, પણ પુરુષોત્તમે જીદ પકડીતાં કે આજે તો નિયતિને પહેલીવાર મળ્યાં હતાં એ જ વિલેપાર્લેની જગ્યાએ જઈએ. ફાઇવ સ્ટાર હોટલમાં કાલે કે ફરી ક્યારેક જઈશું.

પુરુષોત્તમ કાયમ એટલે કાયમ જ ઑફિસેથી ખાલી હાથે ઘરે આવે. એ દિવસે રેસ્ટોરાં પર આવ્યા ત્યારે હાથમાં એક ફોલ્ડર હતું. એ ફોલ્ડર તેમણે સતત ખોળામાં રાખ્યું. બે-ચાર વાર ફોલ્ડર પર હાથ ફેરવીને ખાતરીય કરી લીધી. એ વીરેન્દ્ર-નિયતિના ધ્યાનમાં આવ્યું.

ડિનર બાદ પપ્પા થોડા ભાવુક થઈ ગયા. નિયતિનો હાથ પકડીને બોલ્યા, "બેટા, મારો રોલ પૂરો થયો. આજથી મારા દીકરાને, મારા ઘરને અને ખાસ તો તારી જાતને સાચવવાની જવાબદારી તારી. મને વચન આપ કે એમાંથી તું પાછી નહીં પડે."

બંનેને નવાઈ લાગી. વીરેન્દ્રને સમજાયું નહીં કે શું બોલવું, પણ નિયતિ પપ્પાના હાથ પર હાથ ફેરવતી બોલી, "તમારો રોલ પૂરો થઈ ગયો? અરે, હજી તો મારા પપ્પા તરીકે તમારે ઘણું કરવાનું છે. મારી ઘણી જીદ પૂરી કરવાની છે, ઘણાં લાડ લડાવવાનાં છે. મેં લાંબી યાદી બનાવી રાખી છે. બાકી, કોઈ ફરજમાં તમારી દીકરી ક્યારેય પાછી નહીં પડે. તમારા આશીર્વાદથી બધાને પહોંચી વળીશ અને હા..."

એની વાત કાપતાં પુરુષોત્તમ બોલ્યો, "અને હા, જલદી લગ્ન કરી લો."

નિયતિ જરાય સંકોચ વગર બોલી, "તમે મારા મનની વાત કરી. હવે મારે તમારાથી દૂર રહેવું નથી. શું કહે છે વીરેન્દ્ર?"

વીરેન્દ્ર હસીને બોલ્યો, "બાપ-બેટી રાજી તો ક્યાં કરેગા પાજી? કાલે જ મળીએ ત્રણેય ને તારીખ નક્કી કરી લઈએ."

પુરુષોત્તમ જરાક નારાજગી સાથે બોલ્યા, "કાલ કાલ શું કરવાની? આજે ત્રણેય સાથે છીએ તો નક્કી કરી લઈએ. અઠવાડિયામાં લગ્ન. કાલથી જ નિયતિ ઘરે આવીને આપણા વાંઢા વિલાસને પોતાની રીતે ગોઠવશે, શણગારશે! તારા ફેમિલીમાં કોઈને પૂછવાનું હોય તો..."

"મારા ફેમિલીમાં તમે સર્વસ્વ છો. તમારો આદેશ માથા પર. વીરેન્દ્ર તો

લગ્ન પછી ફૅમિલી બનશે. એટલે એને અત્યારે પૂછવાની જરૂર નથી. કાલથી રોજ ઘરે આવીશ, બસ?"

પુરુષોત્તમે નિયતિના કપાળ પર હળવું ચુંબન કર્યું, "બેટા, તેં મારો બધો ભાર હળવો કરી દીધો. મને વીરેન્દ્રની કે ઘરની જરાય ફિકર નથી. બસ, હવે નિરાંત જ નિરાંત."

અત્યારેય વીરેન્દ્રના મગજમાં એ શબ્દો પડઘાતા હતા, "બસ, હવે નિરાંત જ નિરાંત." એ વિચારે ચડી ગયો. એકાદ મહિના અગાઉ પપ્પાના ચહેરા પર તાણ વર્તાતી હતી. ઘરે મોડા આવતા હતા. રાતેય યુનિફૉર્મમાં બહાર નીકળતા હતા. ગમે ત્યારે ફોન આવતા હતા. વીરેન્દ્રએ પૂછ્યુંય ખરું. પુરુષોત્તમે જવાબ આપ્યો, "બેટા, આટલા મોટા શહેરમાં કંઈ ને કંઈ થતું રહે. ક્યારેક ફિકર થાય. ટૅન્શન આવે, પણ ગભરાવા જેવું કંઈ નથી."

લગભગ અઠવાડિયા બાદ ફરી બધું નૉર્મલ થઈ ગયું. પરંતુ પછી પપ્પા ક્યારેક રાતે મોડે સુધી જાગીને કે ક્યારેક સવારે વહેલા ઊઠીને કંઈક લખતા દેખાયા. આવું ક્યારેય નહોતું જોયું વીરેન્દ્રએ. દીકરાની નજરમાં સવાલ જોઈને પપ્પા સામેથી બોલ્યા, "અરે, રિટાયરમૅન્ટ નજીક છે તો બધા પેપર્સ વ્યવસ્થિત કરી લઉં તો મારા પછી આવનારને તકલીફ ન પડે."

રિટાયરમૅન્ટની રાતે રેસ્ટોરાંમાંથી આવ્યા બાદ પુરુષોત્તમે પોતાના બેડરૂમમાં જવાને બદલે વીરેન્દ્રને પાસે બોલાવ્યો, "બેટા, તેં અને નિયતિએ મને સાવ નચિંત કર મૂક્યો. હવે મને ભગવાનથી નથી કોઈ ફરિયાદ કે નથી કોઈ અધૂરી ઇચ્છા. કાલે તેડું આવે તો..."

વીરેન્દ્રએ પપ્પાના હોઠ પર હાથ મૂકી દીધો, "પપ્પા, પ્લીઝ... આટલી હાડમારીભરી નોકરીમાંથી નિવૃત્ત થયા છો. એકદમ ઊજળી, ગર્વ થાય એવી ઇમેજ સાથે. હવે તો આપણે સાથે રહેવાના સારા દિવસો આવ્યા. અત્યાર સુધી તમે રાંધવા, સાફસફાઈ કરવી, નોકરીની દોડધામ, મારી સ્કૂલ-કૉલેજ અને હોમવર્કમાં અડધા થઈ ગયા."

"બેટા, એ તો ફરજ હતી. ફરજનો ક્યારેય થાક ન હોય, પણ હવે મારે કંઈ કરવાનું નથી તો હું કરીશ શું?"

વીરેન્દ્ર મલકીને બોલ્યો, "બાપ-દીકરી આખો દિવસ ગપ્પાં મારજો. મારી વાતો કરજો."

પુરુષોત્તમે દીકરાની સામે જોયું, "હા, અમને બંનેને જોડતી એક જ કડી છો તું. હા, એક નાનકડું કામ છે. એ આ ફોલ્ડર." પુરુષોત્તમે રેસ્ટોરાંમાં જીવની જેમ સાચવેલું ફોલ્ડર વીરેન્દ્રને બતાવતાં કહ્યું, "આ ફોલ્ડર કોઈના હાથમાં ન આવે

એનું ધ્યાન રાખજે અને ગમે ત્યારે મને કંઈ થઈ જાય તો આમાંના પેપર્સનો નાશ કરી નાખજે."

"એવું તે શું છે એમાં?"

"બેટા, વહી ગયેલા વાવાઝોડાનો અહેવાલ સમજ... એક રીતે જોઈએ તો કંઈ નહીં ને બીજી રીતે જોઈએ તો ખૂબ મહત્ત્વનું છે."

"પપ્પા, કંઈ સમજાયું નહીં મને..."

"બેટા, આમાં જે છે એ અત્યારે કોઈને કરતાં કોઈને સમજાવવાની તો ઠીક, જણાવવાનીય જરૂર નથી. બલકે, ઇચ્છનીય નથી. એક વચન આપ કે આ ફોલ્ડર કોઈના હાથમાં નહીં જાય. હું ના હોઉં પછી એને કબાટમાંથી કાઢીને એનો નાશ કરી નાખવાનું પ્રોમિસ આપ મને, બેટા."

"પપ્પા, પ્રોમિસ આપું છું કે તમારી ઇચ્છા મુજબ જ થશે."

"આ ફોલ્ડર મારા કબાટની તિજોરીમાં મૂકું છું. એટલું યાદ રાખજે."

"ઓકે પપ્પા, હવે આરામ કરો. ખૂબ મોડું થઈ ગયું છે. કાલથી દોડધામ નથી. હવેથી જમવાનુંય તમારે બનાવવાનું નથી. થોડા દિવસ હું સંભાળી લઈશ. પછી તો તમારી લાડકી આવી જશે."

"સાચી વાત." કહીને પુરુષોત્તમ ફોલ્ડર લઈને ઊભા થયા. અચાનક ઊભા રહીને પાછું વળીને બોલ્યા, "અને હા બેટા, ક્યારેય નિયતિને તકલીફ ન થાય, એનું મન ન દુખાય એનું ધ્યાન રાખજે હોં. આ વધુ એક આ પ્રોમિસ આપીશ ને?"

"હા પપ્પા, પ્રોમિસ." આ સાંભળીને પુરુષોત્તમે પાછા આવીને દીકરાના કપાળને ચૂમી લીધું, "થૅન્ક્યુ બેટા, ગુડબાય..."

"ગુડબાય નહીં, ગુડ નાઇટ."

"હા, હા, ગુડનાઇટ."

અને સવારે ઊઠીને વીરેન્દ્ર સહેજેય અવાજ ન થાય એમ નાસ્તો બનાવવા માંડ્યો. પપ્પાને ભાવતી દાળઢોકળીની તૈયારી શરૂ કરી દીધી. કાંદા-ટામેટાં સમાર્યાં. મરચાની ચટણી બનાવી, ઝીણી સેવ ડબામાંથી કાઢીને ઓવનમાં ગરમ કરી. થેપલાનો લોટ બાંધ્યો. દાળઢોકળી સાથે પપ્પાને ભાવતી માખણવાળી છાશ માટે દહીં તો રાતે જ મેળવ્યું હતું. એ બરાબર જામી ગયાનું કન્ફર્મ કર્યું.

અચાનક ઘડિયાળ પર નજર પડી તો નવ વાગી ગયાનું ધ્યાનમાં આવ્યું. પોતે દસ વાગે તો ઑફિસ માટે નીકળવું પડશે. ફટાફટ ચા-કૉફી બનાવીને પપ્પાના રૂમમાં ગયો. જતી વખતે વિચાર્યું કે અગાઉ ક્યારેય પપ્પા નવ વાગ્યા સુધી ઊંઘ્યાનું પોતાને યાદ આવતું નથી. હાશ, હવે ભલે આરામ કરે. હક છે

એમને. તેણે ધીરેથી પપ્પાના બેડરૂમનો દરવાજો ખોલ્યો. એને હતું કે કદાચ પપ્પા માળા ફેરવતા બેઠા હશે પથારીમાં, પણ પુરુષોત્તમ તો હજી ઊંઘતા હતા. વીરેન્દ્ર નજીક જઈને બે-ત્રણ વાર પપ્પા-પપ્પા બોલ્યો. પણ કોઈ પ્રતિસાદ ન મળ્યો. તે પપ્પાનો હાથ પકડીને જગાડવા નજીક ગયો તો એકદમ સ્તબ્ધ થઈ ગયો. પપ્પાના મોઢામાંથી ફીણ જેવું નીકળેલું દેખાયું. વીરેન્દ્રએ ધ્યાનથી જોયું તો એના મોઢામાંથી ચીસ નીકળી ગઈ, "પપ્પા..."

એ ચીસ સતત પડઘાતી રહી મનમાં. આજીવન પડઘાશે. ટીવી ચૅનલોમાં ડીસીપી પુરુષોત્તમ વનરાજ જાડેજા છવાઈ ગયા. રિટાયરમૅન્ટ બાદ જીવનમાંથીય રિટાયર. (12-12-1951થી 12-12-2009) ન જાણે કેવી કેવી જોડકણાવાળી થતી રહી. એક ઇમાનદાર, કર્તવ્યનિષ્ઠ પોલીસ અફસરની નિવૃત્તિના સમાચાર છાપામાં એક ફકરામાંય નહોતા આવ્યા, પણ આમાં ટીવી ચૅનલવાળાને મસાલો મળી ગયો. મોતનો મસાલો.

પપ્પાની અંત્યેષ્ટિ પતાવીને માંડ માંડ નિયતિને એના ઘરે મોકલી. એ છોકરી તો એકદમ ગાંડા જેવી થઈ ગઈ હતી. સાથે એની બે ફ્રેન્ડનેય મોકલી. રાતે દસ વાગ્યે વીરેન્દ્ર એકલો પડ્યો. પપ્પાના એક-એક શબ્દ હજી જાણે હવામાં તરતા હતા. "આ ફોલ્ડર મારા કબાટની તિજોરીમાં મૂકું છું."

શૂન્યમનસ્કપણે વીરેન્દ્રએ પપ્પાના કબાટની તિજોરી ખોલી. એમાંથી ફોલ્ડર કાઢ્યું અને ખોલ્યું તો સામે આવી એક ફાઈલ. એના પર બ્લૅક સ્કેચપેનથી લખેલું, ફાઈલ-K. વીરેન્દ્રએ પૂઠું ફેરવ્યું. પહેલા પાના પર લખ્યું હતું, સ્થળ: એ-304/404. ખુશાલી ટાવર...

2

ખુશાલી ટાવર. પશ્ચિમ મુંબઈના સમૃદ્ધ ગણાતા ઉપનગર બાંદ્રા વેસ્ટમાં આવેલું એક જૂનું અને નવું મકાન. હા, બંને. જ્યારે બોલીવૂડમાં મુંબઈના મલાડ અને ચેમ્બૂર નામના પરાની બોલબાલા હતી ત્યારે ખુશાલી ટાવરનું બાંધકામ થયું હતું. પ્લોટ ખૂબ મોટો, પણ માંડ અડધોઅડધ વપરાયો. મકાનની પાછળ ગોળાકાર સ્વરૂપે લોખંડની સ્પાયરલ સીડી એ મકાનની વિશિષ્ટતા, જે હવે ક્યાંય જોવા મળતી નથી. મુંબઈમાં જમીનના ભાવ આસમાન ફાડીનેય ઊંચે જવા માંડ્યા એટલે અડધા ખાલી પ્લોટમાં જૂના ટાવરને અડોઅડ બીજું મકાન ઊભું કરાયું. આમાં રેસિડેન્સિયલ સાથે બૅન્ક અને અન્ય ઑફિસ પણ બની. આ ઍક્સટૅન્શનથી અન્ય રહેવાસીઓની ખુશાલી કેટલી વધી એ તો રહેનારાનાં મન જાણે, પણ ખુશાલી ટાવરના એ વિંગના ત્રીજા અને ચોથા માળના ડુપ્લેક્સ ટૅરેસ ફ્લૅટ નં. 304 અને 404માં ખુશી જ ખુશી હોય, લગભગ કાયમ.

આ ફ્લૅટ તેજસ જોશીનો. એના ઘરની ભીંતને અડીને આવેલી કૉ-ઑપરેટિવ બૅન્કનો મૅનેજિંગ ડિરેક્ટર. 45 વર્ષના તેજસના ઘરમાં કાયમ હસતી, રૂપાળી, પાતળી અને સ્માર્ટ પત્ની અનન્યાનું રાજ. અનન્યાની ઉંમર 40 વર્ષ, પણ લાગે એથીય નાની. આ બંનેનું સર્વસ્વ એટલે યશ. 15 વર્ષનો દીકરો પણ સ્માર્ટનેસ બમણી ઉંમરની. એની સાથે બાથોડા લે શ્યામ રામપ્રસાદ કરણાની ઉર્ફે એસ.આર.કે. ભાઈ આમ તો ઘરનો નોકર, પણ કોઈ એને નોકર ગણે નહીં. પોતેય પરિવારના સભ્યની જેમ રહે.

2009ની આઠમી ઑગસ્ટે શનિવારી સવાર રોજ જેવી હતી. ઠંડી અને ખુશનુમા. ઘરમાં ચહલપહલ વચ્ચે થોડે દૂર બનેલી પ્રતિષ્ઠિત સ્કૂલમાંથી પ્રાર્થનાનો આછો આછો અવાજ ફ્લૅટના માહોલમાં મનને ગમે એવો વધારો કરતો હતો.

લગભગ સાડા આઠ વાગ્યે યશ મોટી ગૅલેરીમાં સિઝન બૉલથી રમવાના ગાર્ડ, હેલ્મેટ, પેડ, એલ્બો ગાર્ડ અને પેડ પહેરીને બેટ લઈને સજ્જ છે. સામેથી એસ.આર.કે. ટેનિસ બૉલથી બૉલિંગ નાખે છે. બંનેની, હકીકતમાં તો યશની પ્રૅક્ટિસ ચાલે છે.

એક ધીમો પણ વ્યવસ્થિત ફટકો જોઈને એસ.આર.કે. ખુશ થઈ ગયો, "યશ ભાઈ, બેટિંગ તો સારી કરો છો, હોં."

યશ હસી પડ્યો, "આટલું નાનું ગ્રાઉન્ડ હોય અને તમારા જેવો એકદમ સ્લો બૉલર હોય તો આરામથી સેન્ચ્યુરી મારી શકાય."

એસ.આર.કે. એકદમ જોશમાં આવી ગયો, "હું સ્લો બૉલર? ફુલ સ્પીડમાં આવવા દઉં કે?"

"ના, ના. રહેવા દો. મારા જોરદાર ફટકાથી બૉલ ભીંતને ભડામ કરતો અથડાશે અને પેલી તરફથી બૅન્કવાળા કમ્પ્લેઇન કરશે કે અમને ડિસ્ટર્બન્સ થાય છે. પપ્પા, આ બ્રાંચ અડોઅડ બનેલી વિંગમાં બૅન્ક ખોટી લાવ્યા."

"યશભાઈ, આ નવી વિંગ નહોતી ત્યારે કોઈ ટૅન્શન નહોતું, પાછું બાજુમાં ખુલ્લું મેદાન મળે એ બોનસમાં."

યશે ગ્લોવ્ઝ ઉતારીને બાજુમાં મૂક્યાં, "પણ એક વાતનું સારું ન લાગે? આપણા હાથવેંતમાં જ રૂપિયાનો ઢગલો. આવી નિરાંત કેટલાને અનુભવવા મળે?"

એસ.આર.કે.એ મોઢું બગાડ્યું, "આવા રૂપિયાના ઢગલાને શું ધોઈ પીવાના? લંકામાં ગમે તેટલું સોનું હોય તો ઘરે થોડું લવાય?"

"અરે સોનું જવા દો. લંકાથી જેકલીન ફર્નાન્ડીઝ આવી ગઈ. એવી રીતે મુથૈયા મુરલીધરન જેવો સ્પિનર મળી જાય તો મજા પડે હોં."

એ જ સમયે અનન્યા બાથરૂમમાંથી ફ્રેશ થઈને આવી. એનું વ્યક્તિત્વ એટલે તાજગીની લહેરખી. એ ભીના વાળ બાંધતી સોફા પર બેઠી. ટુવાલથી વાળ લૂછતા એની નજર યશ-એસ.આર.કે. પડી..

અનન્યા હસીને બેયને જોઈ રહી. પછી થોડા બનાવટી ગુસ્સા સાથે બોલી, "હવે ટી બ્રેક રાખો, નહીંતર તેજસ ટૂર્નામૅન્ટ જ બંધ કરાવી દેશે. એસ.આર.કે. પીચ છોડીને તરત કિચનમાં પહોંચો."

એસ.આર.કે. મોઢું બગાડીને ચાલવા માંડ્યો છે, "આમાં ક્રિકેટ એક્સપર્ટ થવાય ક્યાંથી?"

અનન્યા હળવું મરકી, "ક્રિકેટ પછી, પહેલા કિચનમાં વેઇટ લિફ્ટિંગ પર ધ્યાન આપો ને પોતાનું ગાદલું ઉપાડી લો. તેજસ જોઈ જશે તો નીચે ગૅરેજમાં ઊંઘવાનો વારો આવશે."

એસ.આર.કે. કિચનમાં ગયો એટલે અનન્યાએ યશ સામે જોયું, "રબડી બૉલથી રમવાનું છતાં આ બધું કેમ ચડાવ્યું છે, ભાઈ?"

"ડિયર મમ્મી, પીચ પર સિઝન બૉલથી રમતી વખતે આ બધું જોઈએ જ. એની આદત પાડી રાખવી સારી."

"ઠીક છે, પાંચેક મિનિટમાં બધું કાઢીને આવ, નહીંતર ડેડી..."

"ના. જરાય નહીં ખિજાય. હવે ટ્વેન્ટી-ટ્વેન્ટી અને આઇ.પી.એલ.થી બધાને સમજાઈ ગયું છે કે ક્રિકેટમાં બહુ કમાણી છે અને ફટાફટ. હું પણ આવ્યો હોં ફટાફટ."

યશ ગયો. ત્યાં જ એસ.આર.કે. ગાદી-તકિયો અને ચાદરનું ફીડલું લઈને આવ્યો. કબાટ ખોલીને ગાદી મૂકી. પછી સામેથી સરસ કોતરકામવાળી ટિપૉય ઉપાડીને લાવ્યો. એના પર ચડીને કબાટમાંથી ગલ્લો કાઢીને એમાં પાંચ રૂપિયાની નોટ નાખી. એ હસી પડ્યો, "દીવાલ કી ઉસ ઓર શેઠ કી બિગ બૅન્ક, દીવાલ કી ઇસ ઓર મેરી નેનો બૅન્ક."

અનન્યા ખીજાવવા ટોનમાં ટોકે છે, "જાતને ઘસીને બચત કરવાની શી જરૂર છે. અમે બેઠા છીએ ભવિષ્ય માટે."

એસ.આર.કે.એ ગલ્લો મૂકતા જવાબ આપ્યો, "મને મારી તો ફિકર નથી જરાય, પણ મારા યશભાઈ ફૉરેન ભણવા જાય કે ઘરમાં કોઈ લગ્ન કરે ત્યારે કંઈક ભેટ આપવી પડે એના માટે બચત કરું છું."

"અરે, પોતાના પર ખર્ચો કરો. એ સમયે જે આપવું હશે એનીય વ્યવસ્થા થઈ રહેશે."

"ના બેન, એ નો બને. તમે મને બધું આપો છો. બીજું કોઈ તો છે નહીં મારું. જે છે એ તમે બધા જ છો." એ ગળગળો થઈ ગયો, "મારા ચામડાના જોડાં કરીને પહેરાવું તો પણ..."

અનન્યા એની વાત કાપી બોલી, "બસ, બસ. પહેલા ટિપૉય ઠેકાણે મૂકી દે. તેજસ જોઈ જશે તો આવી બનશે."

એસ.આર.કે. ટિપૉયને ઊંચકીને ચાલવા માંડ્યો, "બેન, એવું તે શું ખાસ છે આ નાનકડા ટેબલમાં?"

"ટેબલ નહીં, ટિપૉય. એકદમ ઍન્ટિક છે. ખૂબ જૂની. સુંદર. કોતરકામ તો જો. નકશીકામ પણ અફલાતૂન. કદાચ ઘણી મોંઘી હશે."

"પણ જરૂર શું છે એની ઘરમાં? સાહેબ જ સલાહ આપે છે કે નકામી ચીજો કાઢો ઘરમાંથી."

"અત્યારે એ બધું સમજાવવાનો ટાઇમ નથી મને. ચા-નાસ્તાની તૈયારી કરો."

"પૌંઆ પલાળ્યા છે. કાંદા-બટાટા કાપી રાખ્યા છે. કોથમીર પણ. હવે ચા-કૉફી મૂકું છું. તમે ચામાં મસાલો તો નાખી જ દીધો છે."

એ ચાલવા માંડ્યો. ત્યાં અનન્યાએ અટકાવ્યો, "ઉપર આંટો માર્યો હતો રાતે? બધું બરાબર છે?"

"બરાબર જ કહેવાય. ઊંઘ આવી ગઈ સવારે. અડધો કપ દૂધ આપી આવ્યો."

"ખૂબ આશીર્વાદ મળશે તને. મારાથી તો સામે જોવાતું નથી. બરાબર ધ્યાન રાખજે હોં."

એસ.આર.કે. માથું ધુણાવતો ગયો ત્યાં જ લૅન્ડલાઇન ફોનની બૅલ વાગી. અનન્યાએ ફોન ઉપાડ્યો, "હલ્લો... યસ... યસ... યહી નંબર હૈ... અફકોર્સ. તેજસ જોશી કા ઘર... હા જી. બૅન્કવાલે... યસ, એમ.ડી. હૈ વહ... મગર કામ ક્યા હૈ?"

સામેથી ફોન મુકાઈ જતા અનન્યા બબડી, "કમાલ છે, તેજસ જોશીનો નંબર કન્ફર્મ કરીને ફોન મૂકી દીધો. સવારના પહોરમાં કંઈ કામધંધો નથી."

પાછળથી તેજસે આવીને અનન્યાનો હાથ પકડી લીધો, "મૅડમ, કામધંધો એક જ છે. આ હાથ પકડીને આપની સામે જોતાં રહેવું."

"પેલો ફોન કરનારોય સાવ તારી જેમ નવરો હશે હોં."

"કોણ હતું ફોન પર?"

"ખબર નહીં. આપણો નંબર કન્ફર્મ કર્યો. તારું નામ કન્ફર્મ કર્યું. બૅન્કવાળા છો એમ પણ કન્ફર્મ કર્યું. પછી ફોન મૂકી દીધો. સાવ મૂરખ..."

"મૂરખ બનાવી ગયો તને. તેજસ જોશી, બૅન્કના એમ.ડી.નું નામ અને નંબર કન્ફર્મ થાય એટલે ઍડ્રેસ આસાનીથી મળી જાય. હું કોઈને લૅન્ડલાઇન નંબર એટલે જ આપતો નથી. કંઈ સમજાય છે? ઇટ ઇઝ સિરિયસ મેટર."

"વ્હૉટ? પણ આપણું ઍડ્રેસ કોઈ શા માટે મેળવે? એ પણ આ રીતે?"

તેજસ અકળાઈ ગયો, "પૂછી લઈશું. એને ઘરે આવવા દે. ન જાણે ક્યારે સમજીશ તું?" થોડા ધીમા અવાજે બોલ્યો, "આટલું ટૅન્શન છતાં બેદરકારી."

અનન્યાએ દિલથી દિલગીરી વ્યક્ત કરી, "સૉરી, હવે કેરફુલ રહીશ."

તેજસે સખતાઈ સાથે પૂછ્યું, "એક સવાલનો જવાબ આપીશ? સાવ સાચો?"

અનન્યાએ માથું નમાવીને હકારમાં જવાબ આપ્યો. તેજસે હળવેથી પૂછ્યું, "ચા ક્યારે મળશે?"

અનન્યાએ હસવાનો પ્રયાસ કર્યો, "તૈયાર હશે. યશ આવે એટલે ચા-નાસ્તો કરીએ!"

ત્યાં જ યશ આવીને સોફા પર બેઠો, "ગુડ મોર્નિંગ, ડેડી."

તેજસે સામે જોઈને પ્રતિસાદ આપ્યો, "ગુડ મોર્નિંગ. ક્રિકેટની પ્રૅક્ટિસ માટે જવાનું લાગે છે."

યશે માથું ઝુકાવીને જવાબ આપ્યો, "યસ સર, પહેલા પ્રૅક્ટિસ પછી રિહર્સલ."

એસ.આર.કે. રસોડામાંથી ચા-નાસ્તાની ટ્રે લઈને આવ્યો. એ સૌને સંભળાય એમ ગાઈ રહ્યો છે, "ઓમ શાંતિ ઓમ... ઓમ શાંતિ ઓમ... શાંતિ... શાંતિ..."

તેજસ કંટાળીને બડબડ્યો, "પોતે જ અશાંતિ કરે ને પાછો શાંતિ શાંતિના બરાડા પાડે."

અનન્યાએ હાથ ઊંચો કરીને એને રોક્યો, "એસ.આર.કે. પ્લીઝ, સવારના પહોરમાં ભગવાનનું નામ લો."

એસ.આર.કે.એ ટ્રે ડાઇનિંગ ટેબલ પર મૂકીને જવાબ આપ્યો, "એ જ તો કરું છું... ઓમ... શાંતિ... ઓમ..." અચાનક તેજસ પર નજર પડતા એ ઝડપભેર બબડ્યો, "પૌંઆ લઈને આવ્યો."

એસ.આર.કે. ગયો. તેજસે યશનો હાથ પકડીને કહ્યું, "અરે, હા, કૉંગ્રેચ્યુલેશન."

યશ મૂંઝાઈ ગયો, "થેંક્યુ વેરી મચ સર, પણ શેના માટે?"

અનન્યાના પણ ચહેરા પર પણ પ્રશ્ન ડોકાયો. તેજસે બીજા હાથે એનો હાથ પકડી લીધો, "અનન્યા, તને ખબર પડી કે આપણો યશ મોટો થઈ ગયો છે. નોટ અ બૉય નાઉ, હી ઇઝ યંગમૅન."

અનન્યાએ હાથ છોડાવીને બે હાથ જોડ્યા, "નો પઝલ. પ્લીઝ, શું કહેવા માગે છે તું?"

તેજસ હળવું હસ્યો, "એને હવે સ્ત્રીઓમાં રસ પડવા માંડ્યો છે."

યશે દૂધનો ગ્લાસ પૂરો કરીને, ટેબલ પર મૂકીને પહેલા પપ્પા અને પછી મમ્મી સામે જોયું. એનેય કંઈ સમજાયું નહીં. અનન્યાએ તેજસને વિનંતી કરી, "પ્લીઝ, સાફ સાફ વાત કરીશ?"

"પરમ દિવસે હું દિલ્હી ગયો એ અગાઉ મારા લેપટોપના ઇન્ટરનેટ સર્ચ એન્જિન પર મુકાયું હતું: વુમન એનોટૉમી. શુદ્ધ ગુજરાતીમાં નારીની શરીરરચના."

"સાવ સાચી વાત, પણ એ સર્ચ યશે નહીં, મેં કર્યું હતું."

તેજસ આશ્ચર્યથી જોઈ રહ્યો, "વ્હૉટ? તેં? તું આટલી બધી અજ્ઞાની, અજાણ કે તારે પોતાના શરીરની રચના સમજવા માટે ઇન્ટરનેટની મદદની જરૂર પડે?"

"વેઇટ અ મિનિટ. મેં સર્ચ કર્યું હતું, પણ યશ માટે હોં."

તેજસે તાળી પાડી, "વાહ, એકદમ મૉડર્ન મધર છે તું."

તેજસે યશ સામે જોયું, પણ એ ચૂપચાપ બ્રેડ પર બટર લગાવી રહ્યો છે.

અનન્યાએ ચપટી વગાડીને તેજસનું ધ્યાન પોતાના ભણી ખેંચ્યું, "એને બાયોલૉજીનો પ્રોજેક્ટ બનાવવાનો છે. એ રીડિંગમાં અને બીજી એક્ટિવિટીમાં બિઝી હતો એટલે મેં સર્ચ કરી આપ્યું."

યશે મોઢાને બ્રેડ-બટર સુધી લઈ જઈને અચાનક માથું ઊંચું કરીને પૂછ્યું, "ઇઝ ધેટ ક્લિયર, સર?"

તેજસે પાણીનો ગ્લાસ ઉપાડ્યો, "મમ્મી તો દીકરાનો બચાવ કરવાની જ ને?"

એસ.આર.કે.એ આવીને હૉટ ફ્લાસ્કમાંથી ચાનો કપ ભરીને તેજસને આપ્યો. "ચા મૅડમે જ બનાવી છે હોં."

યશ ઊભો થઈને તેજસ પાસે ગયો, "તમે ચા ઍન્જોય કરો. બાકીનું મારા પર છોડી દો." પછી તેજસ જેવો અવાજ કાઢવાનો પ્રયાસ કરતા બોલે, "આહાહા અનન્યા... વ્હૉટ અ સ્મેલ... વ્હૉટ અ ટી... યુ મેડ માય ડે, યુ મેડ માય લાઇફ. હું તો તારા હાથના અજબ-ગજબ કસબ પર એકદમ ફિદા ફિદા છું."

તેજસે એના મોઢા પર હાથ મૂકીને ચાની એક ઓર ચુસકી લગાવી. એટલે યશે થોડા પાછળ રહીને એ ટોનમાં વાત આગળ વધારી, "અજબ ચા, ગજબ સ્વાદ, તારા કસબ પર કુરબાન, જિંદગી સામે કોઈ જ ફરિયાદ નથી હવે."

અનન્યા હસી પડી, "તેજસ, જો, અસલ તારી જેમ બોલે છે. જાણે બૅન્કર તેજસ જોશીનું મિનિએચર."

યશે એકદમ શાહરુખની નકલ કરી,, "મા... ઓ મા... આજ જો બોલના હૈ વહ બોલ લે, મગર કલ લોગ મેરે નામ સે ઉન્હે પહેચાનેગેં... વો દેખો, સ્ટાર ક્રિકેટર યશ જોશી કે ડેડી જા રહે હૈ."

તેજસ ખુશ થઈ ગયો, પણ લાગણી છુપાવીને બનાવટી છતાં નાજુક સખતાઈ વીંટીને પ્રશ્ન કર્યો, "એ તો દૂરની શક્યતા થઈ. આજે શનિ-રવિની રજા બાદ સોમવારે સ્કૂલમાં ફંક્શનની રજા છે. એમાં પપ્પાની નકલ કરવા સિવાય કોઈ પ્લાન ખરો?"

અનન્યા તેજસ સામે જોઈને બોલી, "યશ, પપ્પાને ગુડ ન્યૂઝ આપ કે મૅડમ કેવાં ખુશ છે તારા પર?"

તેજસ એકદમ ખુશ થઈ ગયો, "અરે વાહ, રિઝલ્ટ આવીય ગયું?"

યશ આજ્ઞાંકિત વિદ્યાર્થીની જેમ ઊભો થઈ ગયો, "નો સર, સ્કૂલમાં ફંક્શન માટે મારે એક સ્ક્રીપ્ટ તૈયાર કરવાની હતી. હું ભગતસિંહ બનવાનો છું. એમના ડાયલોગ લખવાના હતા..."

અનન્યાએ ઉત્સાહમાં આવીને વાત આગળ વધારી, "અને આપણા યશે ભગતસિંહની સ્પીચ એટલી અફલાતૂન લખી અને એટલા જ ઇમ્પ્રેસિવલી બોલ્યો

કે બધા જોતાં રહી ગયાં. મૅડમે તો અત્યારથી સર્ટિફિકેટ આપી દીધું કે તારાથી સારો ભગતસિંહ કોઈ હોઈ જ ન શકે.”

યશ ચહેરા પર ખુશાલી છતાં ગંભીરતાથી બોલ્યો, “ભગતસિંહ પરના રિસર્ચમાં મને એમની એક વાત ખૂબ ગમી, હૃદયને સ્પર્શી ગઈ. એ મને જિંદગીભર યાદ રહેશે... વેદનામાં એક શક્તિ હોય છે.”

એસ.આર.કે.એ આવીને ટેબલ પર ન્યૂઝ પેપર મૂક્યું. તેજસ છાપું ઊંચકી પહેલા પાના પર નજર ફેરવી, “એનું એ રોજેરોજ. આતંકવાદ, કરપ્શન, હિંસા, કોમવાદ, મોહમ્મદ અજમલ કસબને બિરિયાની... રોજ એકનું એક.”

અનન્યાએ બ્રેડ પર બટર લગાવવામાંથી માથું ઊંચું કરીને તેજસ સામે જોયું, “ન્યૂઝ પેપર તો સમાજનો અરીસો છે. એમાં પ્રતિબિંબ ઝિલાય. આમાં અરીસાનો વાંક ન કઢાય. સમાજને બદલવો પડે.”

તેજસે હતાશામાં પૂછ્યું, “શું શું બદલવું? કોને કોને બદલવા? કોઈ પરિવર્તન થવા દેશે? હવે તો ચમત્કાર, જાદુ કે ઈશ્વરનો જ ભરોસો.”

યશે ગર્વ સાથે ઑફર કરી, “ડૅડી, મારી મૅજિક ટીમને ઇન્ડિયા સોંપી દો. પછી જુઓ મૅજિક ઍન્ડ મિરેકલ. એક પછી એક બ્રેકિંગ ન્યૂઝનો વરસાદ. ભ્રષ્ટાચાર ગાયબ, આતંકવાદ ખતમ, એક નેતાની ધરપકડ અને બીજાનો આપઘાત...”

તેજસ ઉપહાસ કરે છે, “એટલે તારી બિલ્ડિંગની ક્રિકેટ ટીમને દેશ સોંપી દઈએ કે સ્કૂલની કલ્ચરલ ટીમને?”

યશે એકદમ ઊભા થઈને તેજસને સેલ્યુટ કરીને સૈનિકની અદામાં બોલ્યો, “નો સર, દેશ મારી ડ્રીમ ટીમને સોંપી દો.”

“તારી ડ્રીમ ટીમ એટલે?”

“મારી ડ્રીમ ટીમમાં હશે ગાંધીજી, સરદાર પટેલ, રાણી લક્ષ્મીબાઈ, સુભાષચંદ્ર બોઝ, કલ્પના ચાવલા, સુપરમૅન, ફ્રેન્ટમ અને નસીરુદ્દીન શાહ.”

તેજસના હાથમાંથી બ્રેડ પડતાં પડતાં રહી ગયું, “વ્હૉટ? નસીરુદ્દીન શાહ... પેલો ઍક્ટર?!”

“નો, ઍન્ડ યસ. ‘અ વેડન્સ ડે’ નો નસીરુદ્દીન શાહ... નામ વગરનો, ધર્મ વગરનો... એક આમ આદમી, સાચો હિન્દુસ્તાની...”

અનન્યા દીકરા સામે જોઈ રહી, “પણ આ ટીમ બને કેવી રીતે?”

“કોઈને શોધવા ક્યાંય જવાની આવશ્યકતા નથી મારે. એ આપણી વચ્ચે જ છે. કદાચ આપણી અંદર જ હોય. એમને માત્ર જગાડવાની જરૂર છે. એટલા બધા નસીરુદ્દીન શાહને ઊભા કરીએ કે મા વેડન્સ ડે જ નહીં, સન-ડેથી મન-ડે થઈ જાય ફન ડે. કૈસા આઇડિયા લગા, સર?”

તેજસ ખૂબ ખુશ થયો, પણ ધીમેથી માથું હલાવ્યું. અનન્યાએ દીકરાની પીઠ થાબડી, “વન્ડરફુલ, બેટા.”

“મમ્મી, મૅડમે પણ આમ જ કહ્યું. આ જ મૉડર્ન ભગતસિંહની મારી સ્પીચ છે, પણ મૅડમને હજી એક ટૅન્શન છે.”

“કેવું ટૅન્શન, બેટા?”

“અરે, રાણી લક્ષ્મીબાઈના રોલ માટે લાયક છોકરી મળતી નથી. પેલી રાજવી ખન્નાને ખૂબ રસ છે, પણ એ એકદમ બકવાસ ઍક્ટ્રેસ છે. જરાય મહેનત કરતી નથી, પણ ગઈ કાલે એને મેં કેન્ટિનમાં તેજસ્વિની સાથે ઝઘડતા જોઈ. મને થયું કે આ બેસ્ટ છે લક્ષ્મીબાઈના રોલ માટે. યસ, તેજસ્વિની બખ્તાવર જ બનશે અમારી રાણી લક્ષ્મીબાઈ. મમ્મી, જરા વિચાર કરકે એક સ્ટોરરૂમના પૂતળામાં જીવ આવે. ગાંધીજી, ભગતસિંહ અને લક્ષ્મીબાઈની પ્રતિમા બોલવા માંડે. દેશની સમસ્યાના ઉકેલ બતાવે. સિમ્પલી માઇન્ડ બ્લોઇન્ગ, આઇડિયા ફ્રૉમ યૉર સન.”

તેજસ્વિની સામે પ્રતિસાદ માટે જોયા બાદ અનન્યા યશ સામે સ્માઇલ કરે, “વેરી ગુડ. સપના જોવા જોઈએ. હવે તું નીકળ. તેજસ્વિનીને બરાબર રિહર્સલ પણ કરાવવા પડશે ને?”

યશે ઊભા થઈને ડ્રાયફ્રુટની મુઠ્ઠી ભરીને મમ્મીને બતાવી, “મારી અંદરના ભગતસિંહને હેલ્ધી અને સ્ટ્રોંગ રાખવા માટે. હું તૈયાર થવા જાઉં છું.” યશના ગયા બાદ અચાનક તેજસનું ધ્યાન નકશીદાર કોતરકામવાળી ટિપૉય પર ગયું ને એ ભડક્યો, “ટિપૉય કોણે લીધી? કેટલીવાર માથા પર માર્યું કે એને હાથ લગાડવો નહીં.”,

અનન્યાએ તેજસને શાંત પાડવા માટે એના હાથ પર હાથ મૂક્યો, “અરે, સાફસફાઈમાં કોઈથી થોડી આગળપાછળ થઈ જાય, પણ તું આટલો ટૅન્શનમાં કેમ લાગે છે? યશે એક આદર્શવાદી ટીનએજરને શોભે એવી કેટલી સરસ વાતો કરી, પણ તેણે પ્રોત્સાહનના બે શબ્દોય ન ઉચ્ચાર્યા. વ્હૉટ ઇઝ રોંગ? આઇ મસ્ટ નો યૉર પ્રૉબ્લેમ.”

તેજસ થોડો શાંત પડ્યો, “યસ, યુ આર રાઇટ. હું ખૂબ ટૅન્શનમાં છું.”

“બૅન્કમાં તો બધું બરાબર છે ને?”

“હા, મારે તને ગભરાવવી નહોતી એટલે કંઈ કીધું નહીં, પણ લાગે છે કે નાઉ યુ મસ્ટ નો ઇટ.”

“તેજસ થયું છે શું?”

“મને ધમકી મળી છે...”

"ધમકી? કોણે આપી?"

"અંડરવર્લ્ડ. એક કરોડ માગે છે."

અનન્યા એકદમ ઊભી થઈ ગઈ, "શું વાત કરે છે? આ તો... આ તો એકદમ ગંભીર મામલો છે."

"યસ, યસ. પણ રિલેક્સ થા તું. મેં કાલે દિલ્હીમાં મારા જૂના ફ્રેન્ડ એટલે કે હોમ મિનિસ્ટર સાથે વાત સુધ્ધાં કરી લીધી છે. તેમણે ફોન પર જ આપણા પોલીસ ઝોનના ડીસીપી પી. વી. જાડેજા પાસે તપાસ શરૂ કરાવી દીધી છે."

"ઓહ, આટલું બધું બની ગયું છતાં તું મને કંઈ કહેતો નથી. ક્યારે મળી ધમકી?"

"સાતેક દિવસ અગાઉ. દુબઈથી ફોન આવ્યો હતો. પેમૅન્ટ કર્યા વગર દેશ તો ઠીક, શહેર છોડવાનીય ના પાડી છે, પણ નાછૂટકે દિલ્હી જવું પડ્યું ત્યારે જીવ પડીકે બંધાયેલો રહ્યો."

"હા, કંઈક કંઈક યાદ આવે છે મને. તું મોડે સુધી બહાર હતો અને મારો ફોન સુધ્ધાં ઉપાડતો નહોતો. એ દિવસે તું મોડો આવ્યો, ત્યારે આ ટિપૉય પણ લાવ્યો હતો. યશને થોડું મોડું થવાથી તું એકદમ ગુસ્સે થયો હતો, પણ કદાચ એ તારો ગભરાટ હતો."

"હા, થોડો ટૅન્શન ફ્રી થવા માટે શૉપિંગમાં મન પરોવ્યું. આ ટિપૉય ખૂબ ગમી એટલે લઈ આવ્યો, પણ થોડો સમય આપણે સૌએ એકદમ સાવધાન રહેવું પડશે."

"યશ, વી વીલ બી કેરફુલ. મારું મન કહે છે કે કંઈ નહીં થાય. તેજસ મને તો જરાય ડર નથી લાગતો. તું સાથે છે તો ભલે, મોત કાલે આવતું હોય તો આજે આવી જાય. તારી સાથે ભરપૂર જીવી છું. નથી કોઈ રંજ કે નથી કોઈ અફસોસ. મનમાં એકદમ શાંતિ છે, પરમ શાંતિ."

પણ બંને ક્યાં જાણતાં હતાં કે આ શાંતિ હતી તોફાન પહેલાંની. એક વિનાશક વાવાઝોડું જોશી પરિવાર તરફ તીરની ગતિએ ધસમસતું આવી રહ્યું હતું. એવી આફત કે જેનો આજ સુધી કોઈએ ભાગ્યે જ સામનો કર્યો હતો. ખુશાલી દુર્લભ થઈ જવાની હતી હવે.

૩

મુંબઈ પોલીસના ઝોન નવના ડીસીપી પી. વી. જાડેજા બધી રીતે સૌ માટે કૌતુકની બાબત. દેશના આર્થિક પાટનગરમાં ઝોન નવનો વિસ્તાર ખૂબ મહત્ત્વનો અને મલાઈદાર ગણાતો. ભાગ્યે જ કોઈને સમજાતું હતું કે આવી ક્રીમ પોસ્ટ પર જાડેજાનો નંબર કેવી રીતે લાગી ગયો? આ ઝોન માટે અહીં ભારે પૉલિટિકલ લૉબીઇંગ થતું. ટૂંકમાં કહીએ તો ન થવાનું થાય, છતાં જાડેજા કેવી રીતે ફાવી ગયા એની કોઈને સમજ પડતી નહોતી. ઝોન નવ હેઠળ બાંદ્રા, ખાર, જુહૂ, ડી.એન. નગર, વર્સોવા, ઓશિવરા અને આંબોલી પોલીસસ્ટેશન આવે. આ એરિયામાં પૈસાની રેલમછેલ, ગ્લેમરની બોલબાલા, આડાઅવળા ધંધાની અફરાતફરી, બગડેલા બાપની ઔલાદોની નાદાની, વંઠેલા નરોની કામલીલા, ડ્રગ્સની ડિમાન્ડ-સપ્લાય, બિલ્ડર-ફિલ્મ પ્રોડ્યુસર અને મોટા ઉદ્યોગપતિઓની ઐય્યાશી... ન જાણે કેટકેટલાંય ન થવાનાં કામ થતાં રહે. પોલીસને કમાણી કરવા માટે આનાથી સારો એરિયા ન મળે. એટલે એના પર આધિપત્ય જમાવવા માટે ઘણા પોલીસ ઑફિસર્સ મોટું મૂડીરોકાણ કરતા અચકાય નહીં.

જોકે જાડેજા અલગ જ વિચારે ચડી ગયા. બૅન્કર તેજસ જોશીને મળેલી અંડરવર્લ્ડની ધમકીની તપાસ ચાલતી હતી. એવામાં દિલ્હીથી દાસનો ફોન આવ્યો. જાડેજાને આશ્ચર્ય થયું કે દાસે પોતાને ફોન કર્યો? ને એ પણ સામેથી? પરંતુ વાત પતી ગઈ એટલે બંને સવાલોના જવાબ મળી ગયા, પૂરેપૂરા સંતોષ સાથે. જાડેજા ચિંતામાં પડી ગયા અને પોતાને અત્યંત મહત્ત્વનું કામ સોંપાયાનો આનંદ પણ થયો. તેમણે પોતાના તાબા હેઠળના સાતેય પોલીસસ્ટેશનના ઇન્ચાર્જને ફોન કરીને જરૂરી સૂચના આપી. છોગામાં એકદમ સતર્ક રહેવાની તાકીદ.

આ કામ પત્યું ત્યાં આઇ.ટી.સેલમાંથી માહિતી આવી કે તેજસ જોશી અને

અનન્યા જોશીના ફોન ઉપરાંત ઘરના લૅન્ડલાઇન નંબર હવે આપણા રડારમાં છે. પરંતુ જાડેજાને લાગ્યું કે દાસ સાહેબે સોંપેલા કામ સાથે તેજસ જોશીનો મામલો તો સાવ નગણ્ય ગણાય. કદાચ કોઈએ મજાક-મશ્કરી કરી હોય. તેમણે આળસ મરડીને બંને હાથને ઝાટકો માર્યો. જાણે તેજસ જોશીનો કેસ મન-મગજ પરથી ખંખેરી નાખવા માગતા હોય.

પરંતુ ડીસીપી પી. એન. જાડેજા જાણતા નહોતા કે એ શક્ય બનવાનું નથી. આગામી દિવસોમાં તેઓ પોતે તેજસ જોશી વિશે બોલવાનાં, જાણવાનાં, સાંભળવાનાં, વિચારવાનાં અને નિર્ણાયક પગલાં ભરવાનાં હતાં.

•

તેજસ એકદમ વિચારમાં હતો, પણ અનન્યા સમજી ગઈ કે એ ઊંડી ચિંતામાં છે. અનન્યાએ નજીક આવીને તેજસનો હાથ પોતાના હાથમાં લીધો.

"તેજસ, તું ખોટી ચિંતા કરીને ક્યાંક પોતાની તબિયત ન બગાડતો."

તેજસ નારાજ થઈ ગયો, "ખોટી ચિંતા? મેં તને બસો-પાંચસો-સાતસો વાર કીધું હશે કે મને હિંસાથી નફરત છે નફરત, છતાં તું..."

"તેજસ, તારો ભૂતકાળ આપણા વર્તમાન અને ભવિષ્યને ડરાવી રહ્યો છે. પ્લીઝ, તેજસ જરા..."

"શું જરા? હું તો રોજેરોજનું, ઘડી ઘડી, જરા જરા મરી રહ્યો છું એની તને ખબર નથી? નજર સામેથી હજી પપ્પા, મમ્મી, નાના ભાઈ અને નાની બહેનની લોહીમાં ડૂબેલી લાશ હટતી નથી. હજી એ દૃશ્ય મને ડરાવે છે... ક્યારેક લાશના ચહેરા બદલાઈ જાય છે... એમની જગ્યાએ તું, યશ અને... નો, નો, નેવર."

મુઠ્ઠી વાળીને ડાઇનિંગ ટેબલ પર પટકી દીધી. પછી બંને હાથ પર માથું મૂકીને પડ્યો રહ્યો. અનન્યાએ પાણીનો ગ્લાસ આપ્યો. અનિચ્છા છતાં એણે પાણી પીધું. ગ્લાસ મૂકીને એ ગળગળા અવાજે અનન્યા સામે જોઈ રહ્યો. તેજસ બે હાથ જોડે છે.

"અનન્યા, હું તને વિનંતી કરું છું કે પ્લીઝ, તેજસને આ એ વેડન્સડે, રાણી લક્ષ્મીબાઈ, ભગતસિંહથી દૂર રાખ. આપણી આસપાસ હિંસાનો 'હ' ન જોઈએ મને."

"તેજસ, પણ એ કેવી રીતે શક્ય બને?"

"કેમ ન બને? સવાલ બધાની સલામતીનો છે. જોખમ જીવનું છે."

"પ્લીઝ તેજસ, તારી રીતે એ ન કરી શકાય."

"એટલે તું કહેવા શું માગે છે?"

"તું એને ન્યૂઝ પેપર્સથી દૂર રાખવા માગે છે, કારણ કે એમાં આતંકવાદીઓ અને અંડરવર્લ્ડના સમાચાર હોય. તું એને આજના હીરોની ઍક્શન ફિલ્મની નજીક જવા દેવા માગતો નથી. અરે, તું તો ટીવી પર ફેન્ટમ અને સ્પાઇડરમૅન જોવા દેતો નથી. તને તો મહાભારત અને રામાયણ સામેય પ્રૉબ્લેમ છે."

"તું મને સપોર્ટ કરે તો કંઈ ઇમ્પૉસિબલ નથી. એને બદલે તું યશને છાવરે છે."

"તેજસ, તારા મનમાં વધતા જતા ભયના વટવૃક્ષને હું યશમાં રોપાતા ચુપચાપ જોઈ ન શકું. એને એક આદર્શ નાગરિક, જવાબદાર પુરુષ બનવાનું છે કે જેના પર આપણે ગર્વ અનુભવી શકીએ."

"સામે દાવ પર એનું અસ્તિત્વ છે એ તને કેમ સમજાતું નથી?"

"શું સમજું હું? બહાર ન નીકળાય, કારણ કે આતંકવાદી હુમલો કરે. તો ઘરમાં રહેવાથી ભીંત ન તૂટી પડે? અહીં લપસી ન પડાય? કારનો અકસ્માત ન થાય? આપણા પર પ્લેન તૂટી ન પડે? તો પછી કરવું શું? જવું ક્યાં? બોલ, છે જવાબ તારી પાસે?"

એ જ સમયે લૅન્ડલાઇનની બૅલ વાગી. અનન્યાએ ઇરાદાપૂર્વક ઉપાડ્યો નહીં. તેજસ સામે જોયું કે એ ફોન ઉપાડે, "હેલ્લો... હેલ્લો... અરે બોલીએ ભાઈ..." એણે રિસિવર અનન્યાને આપ્યું, "મારી સાથે તો વાત નથી કરવી. કદાચ તારી સાથે કરે, ટ્રાય કર."

અનન્યાએ રિસિવર હાથમાં લઈને તેજસ સામે જોયું પછી એકદમ સ્વસ્થ અવાજે બોલી, "હેલ્લો, કોણ? હાય, કેમ છે તું? વાઉ! વ્હૉટ અ સરપ્રાઇઝ... એમાં તે પૂછવાનું હોય? સાવ પાગલ છે તું... ડોન્ટ વરી... એ મારી જવાબદારી... સમજાવી લઈશ... કમ સૂન."

ફોન મૂકીને અનન્યાએ ખુશીથી તેજસ સામે જોયું. તેજસે અકળાઈને પૂછ્યું, "એનો જ ફોન હતો ને?"

"હા, એ છે ને..."

"તેં શેની જવાબદારી લીધી?"

"એટલી જ કે ચારેક દિવસ એને આપણી સાથે રહેવા દઈશું.

"ઓકે, એટલે મારે કંઈ કહેવાનું નથી. નથી કોઈએ મને કંઈ પૂછવાનું. મને બોલતો બંધ કરવાની જવાબદારી તો નથી લીધી ને? પણ... પણ આ વખતે હું બહારગામ નથી છતાં ઘરે કેમ આવે છે?"

"પ્લીઝ, એ નાદાન છે. એને ગેરસમજણ થઈ છે."

"એટલે મારી સાથે વાત સુધ્ધાં કરવાની નહીં. મને ન ગમતી પ્રવૃત્તિમાં

ખાસ ભાગ લેવાનો. કરાટે, કુંગફૂ, સ્કાઉટ-ગાઇડ, મુક્કાબાજી, નિશાનબાજી..."

અનન્યાએ ઉત્સાહને દબાવીને હળવેથી માહિતી આપી, "નિશાનબાજીમાં એ દેશને રિપ્રેઝન્ટ કરવાની છે. એને કોરિયા જવાનું છે. વિઝાની ફૉર્માલિટી માટે આવવાની છે. એ ખૂબ ખુશ છે. આપણે એની ખુશીમાં અવરોધ..."

તેજસ પીડાભર્યા અવાજે બોલ્યો, "હા, હું અવરોધ નહીં બનું. બસ, ખુશ?"

તેજસની ઉદાસી જોઈને અનન્યાએ પ્રેમથી કહ્યું, "મને ખબર છે કે તું એને ખૂબ ચાહે છે, મારા કરતા પણ વધુ. પરંતુ બાળકો મોટાં થાય એટલે અમુક છૂટ તો આપવી પડે કે નહીં?"

તેજસનો ગુસ્સો વધી ગયો, "શેની છૂટ? બાપનો વિરોધ કરવાની? બાપ સાથે અબોલા લેવાની? બાપની ઇચ્છા વિરુદ્ધનાં કામો કરવાની છૂટ? પાછી તું એને પ્રોત્સાહન આપે."

"જો, આપણો મૅરેજ ડે આવે છે. એ દિવસ એના માટેય ખૂબ મહત્ત્વનો છે. મને ઍડવાન્સ ગિફ્ટ આપ કે આ વખતે બચ્ચું સમજીને તું એની બધી હરકત સામે આંખ આડા કાન કરીશ."

તેજસે ઊભા થઈને તાળી પાડી. ઉદાસીભર્યા હાસ્ય સાથે જવાબ આપ્યો છે, "વાહ રે જીવનસંગિની, મૅરેજ ડેની ગિફ્ટમાં મારી ચુપકીદી માગી લીધી."

સ્થિતિની નજાકત સમજીને અનન્યા ઊભી થઈને તેજસ પાસે ગઈ. એની આંખમાં આંખ પરોવી, "જો, આની સામે એક લાઇફટાઇમ સર્વિસની ગિફ્ટ આપું છું. રોજ સવારે તને મારા હાથની ચા પીવડાવીશ, બે ચમચી ઍક્સ્ટ્રા સ્માઇલ સાથે. મંજૂર?"

તેજસે થોડી હળવાશ અનુભવી. અનન્યાનો હાથ પકડી લીધો, "છો તો બહુ લુચ્ચી, ભૂંડી અને ગુંડી, પણ મને તું આવી જ ગમે. તું ખુશ તો હું ખુશ."

અનન્યા ખુશ થઈ ગઈ, "થૅન્ક્યુ તેજસ. આઇ લવ યુ."

તેજસે મોઢું બગાડ્યું, "એમ બોલવાથી વિશ્વાસ ન થાય હો. પુરાવા આપવા પડે." ચુંબન કરવા માટે અનન્યાને નજીક ખેંચી. ત્યાં જ ફોનની બૅલ વાગી. અનન્યા હસીને બોલે, "સૉરી."

તેજસે ફોન ઉપાડ્યો છે, "હલ્લો... હા... ઘરે જ છીએ... ક્યાંય નથી જવાનાં બે-ત્રણ દિવસ." ફોન મૂકીને અનન્યાને માહિતી આપી, "પેસ્ટ કંટ્રોલવાળા હતા. આજકાલમાં આવશે, પણ તને તો ઍલર્જીનો પ્રૉબ્લેમ છે, શું કરીશું?"

એ જ સમયે ડોરબૅલ વાગી. અનન્યાએ દરવાજો ખોલ્યો તો સામે સોસાયટીના સેક્રેટરી સંઘવી ઊભેલા દેખાયા, "આવો આવો સંઘવી સાહેબ."

અંદર આવીને તેજસને જોઈને સંઘવી ખુશ થઈ ગયા, "વાહ, તમે મળી

ગયા એ ઘણું સારું થયું. ખાસ તમને મળવા જ આવ્યો છું."

અનન્યાએ દિલથી વિવેક કર્યો, "શું લેશો, ચા કે કૉફી?"

"થૅન્ક્યુ, કંઈ જ નહીં. જોશી સાહેબ. યાર, તમારું એક કામ છે. તમારા માટે સાવ નાની વાત છે, પણ મને બહુ લાભ થશે."

તેજસે ખાતરી આપી, "કામ થઈ ગયું સમજો. બોલો શું હુકમ?"

"હું ઘણાં વરસોથી સોસાયટીનો સેક્રેટરી છું. ખૂબ સેવા કરી, હવે ઘણા કહે છે કે મારે પ્રમુખ બનવું જોઈએ."

"ગુડ આઇડિયા, મારો સપોર્ટ છે તમને."

"સપોર્ટ તો રહેવાનો જ, પણ મહેતાને પ્રમુખપદેથી હટવું નથી. એટલે ચૂંટણી લડવી પડશે."

"તો યાહોમ કરીને પડો ફતેહ છે આગે."

"થૅન્ક્યુ, તમારે બે કામ કરવાનાં છે. એક તો મારી સ્પીચ લખી આપો. બે, મારી તરફેણમાં એવું ભાષણ આપો કે મહેતાના ટાંટિયા ઢીલા થઈ જાય!"

"સંઘવી સાહેબ, ભાષણ લખી આપીશ બે-ત્રણ દિવસમાં. બીજી વાત મારા સિદ્ધાંતની વિરુદ્ધ છે. હું ન લડવામાં માનું છું, ન લડવાને પ્રોત્સાહન આપવામાં."

સંઘવીનું મોઢું પડી ગયું. "થૅન્ક્યુ. આટલાં વરસોના સંબંધમાં મેં તમારી દસ મિનિટ માગી તો તમે પાછા હટી ગયા, પણ તમતમારે અડધી રાતેય જરૂર પડે તો આપણને બોલજો. આખી સોસાયટીને બાજુની વિંગમાં બૅન્ક સામે વિરોધ હતો ત્યારે મેં તમને સપોર્ટ આપ્યો હતો. હજી આપીશ. કાયમ આપીશ. થૅન્ક્યુ, થૅન્ક્યુ વેરી મચ." પછી કોઈને ન સંભળાય એમ સંઘવી બબડ્યા, "મને સાથ ન આપીને મોટી ભૂલ કરી. હવે જુઓ, હું શું કરું છું."

સંઘવી ઊભા થઈને નારાજગી સાથે જતા રહ્યા. અનન્યાને નવાઈ લાગી, "અરે, ભાષણ તો લખી અપાય કે નહીં? આપણા સારા પાડોશી છે. તારી ફરજ, જવાબદારી..."

એની વાતને તેજસે કાપી નાખી, "પ્લીઝ, ફરગેટ ઇટ. મારું લેપટોપ ક્યાં?"

"યશ કદાચ એના પીસીમાં કનેક્ટ કરવા લઈ ગયો હતો. એના રૂમમાં હશે. લઈ આવું."

"ના, તું રહેવા દે. હું લઈ આવું. સાથે અંકલનેય મળી લઉં. એમને સારું લાગશે."

"ગુડ આઇડિયા." તેજસ હસતો હસતો દાદરા ચડી ગયો. અનન્યાએ ડાઇનિંગ ટેબલ પર બધું ગોઠવવા માંડ્યું, ત્યાં ઉપરથી તેજસની ચીસ સંભળાઈ, "અનન્યા, અનન્યા."

અનન્યા એકદમ ગભરાઈને દોડી ગઈ. યશના બેડરૂમ પર વસ્તુઓ વેરાયેલી પડી હતી. તેજસ ફાટી આંખે બધું જોઈ રહ્યો. બેડના ખૂણામાં એક લેડીઝ પર્સ પડ્યું છે. અનન્યાએ તેજસના ખભા પર હાથ મૂકીને એ હળવેથી પૂછ્યું, "શું થયું?"

"આ જો... યશના રૂમમાં લેડીઝ પર્સ... અંદર જો, શું છે?"

અનન્યાએ પર્સ ઊંધું વાળ્યું તો પાઉડરની ડબ્બી, નાનો અરીસો, કાંસકો અને લિપસ્ટિક બહાર આવ્યાં. તેજસે એના હાથમાંથી પર્સ લઈને અંદર હાથ નાખ્યો. કૉન્ડમનું પૅકેટ અને એક નાનકડી બૅગ પેડ પર ફેંકી, "આ જો, કૉન્ડોમનું પૅકેટ... અને એ આ શું છે?"

એ નાનકડી સફેદ કોથળી ખોલીને સૂંઘે. વીજળીનો આંચકો લાગ્યો હોય એમ પાછળ હટી ગયો, "ઓહ માય ગૉડ... આ તો ડ્રગ્સ છે, ડ્રગ્સ."

તેજસ ફાટી આંખે અનન્યા સામે જોઈ રહ્યો. એના ચહેરા પર રોષ, હતાશા, ચિંતા અને લાચારી આવી ગઈ, "અનન્યા, જોયું તે બધું? આ આપણો દીકરો, આપણો યશ..." એ એકદમ ભાંગી પડ્યો.

અનન્યાએ બેડ પર પડેલું લેડીઝ પર્સ ફંફોસ્યું. અંદરથી આઇકાર્ડ મળ્યું એ જોઈને તેજસને બતાવ્યું, "જો, આ રાગિણી ખન્નાનું પર્સ છે. એકદમ વંઠેલ છોકરી છે. યશથી બે વર્ષ મોટી છે. એને રાણી લક્ષ્મીબાઈના રોલમાંથી કાઢી મૂકી એટલે રીતસર યશની પાછળ પડી ગઈ છે."

"આ બધું તો ઠીક છે, પણ એનું પર્સ આપણા ઘરમાં, યશના રૂમમાં શા માટે, આપણે મા-બાપ તરીકે સદંતર ફેઇલ્યોર છીએ અને બધો વાંક તારો છે."

"નથી આપણે ફેઇલ્યોર કે નથી મારો વધુ વાંક. મામલો ગંભીર છે, પણ યશને પૂછીએ પહેલા?"

તેજસે બૂમાબૂમ શરૂ કરી દીધી, "યશ... યશ... જલદી આવ તારા રૂમમાં..." થોડીવારમાં એસ.આર.કે.એ આવીને કહ્યું કે યશભાઈ તો હમણાં નીકળી ગયા.

"ક્યાં ગયો?"

"એ તો ખબર નથી. કોઈ રાગિણી ખન્નાનો ફોન હતો. સ્કૂલની કેન્ટિનમાં મળવાના છે. અને જતી વખતે થોડા ટૅન્શનમાં લાગ્યા."

તેજસ ઝડપભેર ઊભો થઈ ગયો અનન્યાએ એને પરાણે બેસાડી દીધો, "જો તેજસ, ખોટી ઉતાવળ ન કર. યશ એના રિહર્સલમાં બીઝી હશે. આપણો મૅરેજ ડે આવે છે. આખા શહેરમાં ઉપ રાષ્ટ્રપતિ બખ્તાવરજીને આવકારવાની તૈયારી ચાલે છે. એમને મળવા મોટા મોટા માથા પડાપડી કરશે, પણ તેઓ સામેથી આપણા યશનું પર્ફોર્મન્સ જોવા આવવાના છે. આ એમની જૂની સ્કૂલ છે, જ્યાં

એમની પૌત્રી તેજસ્વિનીય સ્ટુડન્ટ છે. ચૂંટણી જીત્યા બાદ તેઓ પહેલીવાર મુંબઈ આવે છે. હું તો અત્યારથી જોઈ રહી છું કે ઉપ રાષ્ટ્રપતિ યશ તેજસ જોશીને બિરદાવતા કહેશે કે બેટા, આપ લોગ હી હિન્દુસ્તાન કા ભવિષ્ય હો."

"ના, એ દિવાસ્વપ્નમાં રાચવાનું મને નહીં ફાવે. સૌથી પહેલા યશ સાથે વાત કરીને આ મામલો સૂલટાવવો પડશે. આ કેટલું સિરિયસ છે એ તને નહીં સમજાય ક્યારેય. પુત્રપ્રેમની પટ્ટી તારા મગજ અને આંખ પર બંધાયેલી છે."

અનન્યાના લાખ પ્રયાસ છતાં તેજસ સડસડાટ નીકળી ગયો. અનન્યા ધીમેથી યશના બેડરૂમનો દરવાજો બંધ કરીને બહાર નીકળી ગઈ. બાજુના રૂમનો દરવાજો હળવેથી ખોલીને અંદર ગઈ. અંદર એક કૃષકાય અને નિસ્તેજ શરીર બારીની બહાર તાકી રહ્યું હતું. અનન્યા હળવે પગલે એમની પાછળ જઈને ઊભી રહી, "કેમ છો, જાની અંકલ?"

જાનીએ પરાણે મોઢું પાછળ ફેરવ્યું હતું. ઇચ્છા ન હોવા છતાં જવાબ આપ્યો, "બસ, જીવું છું બેટા. બોજ છું ધરતી પર, તમારા પર અને ખુદ મારી જાત પર."

"પ્લીઝ, એવું ન બોલો અંકલ. અમારા માટે તમે ક્યારેય બોજ ન હોઈ શકો. એક તો મને દીકરી માનો છો ને પાછી આવી વાત કરો છો? જ્યૂસ મોકલું છું. આપના માટે. પી લેજો. આજકાલમાં ફિઝિયોથેરાપિસ્ટનું ગોઠવી લઈએ. એની કસરતથી તમે ફરી હાલતાચાલતા થઈ જશો.."

"બેટા, હવે તો બે ઇચ્છા છે. બોલ, મદદ કરીશ?"

"જ્યૂસને બદલે ઝેર મોકલાવ અને આ વ્હીલચૅરમાંથી સીધો ઠાઠડી પર લઈ જા." તેઓ એકદમ ગળગળા થઈ ગયા.

"અંકલ પ્લીઝ, એવું ન બોલો. ઈશ્વરની જ ઇચ્છા હશે કે કાલે યશ તમારે ઘરે આવ્યો અને તમે બેભાન થઈ ગયાની ખબર પડી. તમે બે દિવસથી કંઈ ખાધુંપીધું નહીં એટલે નબળાઈ આવી ગઈ. હવે અહીં જ રહેવાનું છે અને વિચારવાનું બંધ કરી દો સાવ."

"ના બેટા, મારો આત્મા ડંખે છે. પૌત્રને બર્થડે માટે મામાને ઘરે ભુસાવળ મોકલવાની મેં જ જીદ કરી અને હું જ સાથે ન ગયો. કાશ, સાથે ગયો હોત તો આજે આ વેદનાના નરકમાં તો સબડતો ન હોત."

"કાકા, નિયતિને શું મંજૂર હોય એ આપણને ક્યાંથી ખબર પડે?"

"જો મેં ભુસાવળ મોકલવાની જીદ ન કરી હોત તો આજે મારો પરિવાર કિલ્લોલ કરતો હોત. મેં અભાગિયાએ જ એમને મોતના મોઢામાં ધકેલ્યા."

"પ્લીઝ કાકા, શાંત થાઓ. સ્વસ્થ થાઓ. આજથી છે ને..."

અચાનક બહારથી તેજસનો ગુસ્સાભર્યો અવાજ સંભળાયો, "અનન્યા,

અનન્યા... જલદી આવ અહીં." તેજસનો અવાજ નીચેથી આવી રહ્યો હતો. જાનીકાકાના ખભા પર હાથ મૂકીને અનન્યા બોલી, "આપ આરામ કરો. હું આવું થોડીવારમાં."

અનન્યા ઉતાવળે પગલે નીચે પહોંચી ત્યારે તેજસ ધૂંઆપૂંઆ થતો હતો. બંને હાથની મુઠ્ઠી ખોલબંધ કરવા સાથે આંટા મારતો દેખાયો, "હવે શું થયું તેજસ?"

"તું યશ માટે સપનાં જોવાનાં બંધ કર અને વાસ્તવિકતાની દુનિયાની કલ્પના કર."

"કેવી વાસ્તવિકતા?"

"તારો દીકરો જેલમાં હોય એ વાસ્તવિકતા."

"કેવી વાત કરે છે તું? યશ શા માટે જેલમાં જાય?"

"કારણો એક નહીં, અનેક મળશે, પણ તને નહીં દેખાય. ઉપરથી તારે તો એને સપોર્ટ કરવો છે."

"પ્લીઝ, હવે શું થયું છે એ કહીશ?"

"બે દિવસ પહેલાં મેં પેટ્રોલની ટાંકી ફુલ કરાવી હતી. ઍરપૉર્ટ તો હું ટૅક્સીમાં ગયો. પાછોય ટૅક્સીમાં આવ્યો. ગાડી બિલ્ડિંગમાં જ પડી હતી. તને ડ્રાઇવિંગ આવડતું નથી."

માહોલને હળવો બનાવવા માટે અનન્યા બોલી, "તો ડ્રાઇવિંગ સ્કૂલમાં જાઉં? પછી તને ઑફિસે મૂકવા આવીશ."

"ઑફિસ નહીં, જેલમાં આવવું પડશે."

"પાછી જેલ? શું બોલે છે તું?"

"હા, જેલમાં. મારી ગેરહાજરીમાં યશે ગાડી ચલાવી છે. તને તો કીધું હશે કદાચ."

"ના, મને કહે તો હું ગાડી લઈ જવા દઉં?"

"તો અનન્યા જોશી, તમારા લાડકાએ ટીનએજમાં ગાડી ચલાવીને કાયદાનો ભંગ જ નથી કર્યો. ખૂબ લૉંગ ડ્રાઇવ પર જઈને આખી ટાંકી ખાલી કરી નાખી છે. ક્યાંક ઍક્સિડન્ટ થયો હોત તો?"

"ના. હું ન માનું એ વાત. યશને પૂછીશ પ્રેમથી. એ ખોટું નહીં જ બોલે. એ ક્યારેય ન કરે આવું."

"કેમ ન કરે? મુંબઈમાં કેટલાય ટીનએજર દોસ્ત કે ગર્લફ્રેન્ડને ઇમ્પ્રેસ કરવા મા-બાપથી છુપાવીને ડ્રાઇવિંગ કરે છે જ છે. એમના કેટલાક ઍક્સિડન્ટ ઇનોસન્ટના જીવ પણ લઈ લે છે."

"પણ આપણો યશ આવું ન કરે. હું નથી માનતી..."

"તો ખાલી ટાંકી ખોટું બોલે છે કે એ જ પી ગઈ હશે પેટ્રોલ?"

"એકવાર યશ સાથે વાત કરી લઈએ. પ્લીઝ, કૂલ ડાઉન. હું તારા માટે લીંબુ શરબત લઈ આવું."

અનન્યા, શરબત બનાવીને આવી ત્યાં સુધીમાં એક નાની સૂટકેસ ખેંચીને બેડરૂમમાંથી બહાર આવતો તેજસ દેખાયો.

4

અનન્યા સ્તબ્ધ થઈ ગઈ. શરબતનો ગ્લાસ હાથમાંથી પડતાં પડતાં રહી ગયો, "તેજસ, તું ક્યાં જાય છે સૂટકેસ લઈને?"

"જો અનન્યા આ ઘરમાં કે પરિવારમાં મારું કંઈ ચાલતું નથી. મારા નિર્ણયની કોઈને પડી નથી. બધા નિર્ણયો તું જ લે છે. કાલે છોકરો જેલમાં જશે, ડ્રગ રિહેબ સેન્ટરમાં જશે. આપણે છાપે ચડીશું, ચૅનલે ચમકીશું, મારાથી આ બધું નહીં જોવાય ચૂપચાપ."

"પ્લીઝ, મારી વાત સાંભળીશ?"

"હવે સાંભળવાનું અને સંભાળવાનું તારે છે."

"પ્લીઝ, મને થોડો સમય તો આપ..."

"મને લાગે છે કે હજી તારી આંખ ઊઘડી નથી. કદાચ ક્યારેય નહીં ઊઘડે. એક કામ કર... તને ફાવે એ રીતે આ ઘરમાં રહે. ઇચ્છા થાય એમ બાળકોનો ઉછેર કર. મારે જોવું નહીં ને દાઝવું નહીં. તારો પણ છુટકારો મારી કટકટથી. હું દૂર જતો રહીશ કાયમ માટે... તને ફુલ ફ્રીડમ મળશે બદનામ થવાની, બરબાદ થવાની... ગુડબાય."

તેજસે ગુસ્સામાં ચાલતા ચાલતા દરવાજો ખોલ્યો પછી બહાર નીકળીને જોરથી બંધ કર્યો. અનન્યા એકદમ શૂન્યમનસ્ક થઈને દરવાજાને જોઈ રહી. અચાનક એ ભાંગી પડી. માંડ માંડ સોફાનો કિનારો પકડીને બેસી ગઈ. બંને હાથ વચ્ચે માથું છુપાવીને એ હીબકાં ભરીને રડવા માંડી.

અડધો કલાક બાદ બજારમાંથી શાકભાજી લઈને એસ.આર.કે. આવ્યો. અનન્યાને જોઈને ચિંતાભર્યા સ્વરે પૂછ્યું, "બહેન, તબિયત તો સારી છે ને?"

અનન્યા માંડ માંડ બોલી, "થોડું માથું દુઃખે છે. હું આરામ કરું છું. બેડરૂમમાં."

"બહેન, મારી કઝિનની તબિયત ખરાબ છે તો રાંધીને ત્યાં જઈ આવું હું?"

"ના, રાંધવાની જરૂર નથી. તું જઈ આવ. જલદી આવજે."

"તમને ચા બનાવી દઉં?"

"ના. હમણાં જરૂર નથી. તું નીકળ... ઉપર જાનીકાકાને કંઈક આપી દે એ પહેલાં."

એસ.આર.કે. માથું ધુણાવીને ગયો. અનન્યા બેડરૂમમાં જઈને ક્યાંય સુધી તેજસનો મોબાઇલ ફોન ડાયલ કરતી રહી. પહેલા બૅલ વાગતી રહી અને પછી ફોન સ્વિચ ઑફ મળવા માંડ્યો. અનન્યાએ કંટાળીને તેજસની સેક્રેટરીને ફોન કર્યો તો જવાબ મળ્યો, "સર, દસ મિનિટ માટે જ આવ્યા હતા. પછી નીકળી ગયા."

"ક્યાં ગયા છે એની કંઈ ખબર છે?"

"ના મૅડમ. એનિથિંગ સિરિયસ?"

સેક્રેટરીને શું જવાબ આપવો એ અસમંજસમાં અનન્યાએ કટ કરી નાખ્યો.

એકદમ હેબતાઈ ગયેલી અનન્યા જાતને મનાવવામાં ખોવાઈ ગઈ, "બિહામણા ભૂતકાળ, અંડરવર્લ્ડની ધમકી, વર્કલોડ, પેટ્રોલની ખાલી ટાંકી અને રાગિણીનું પર્સ. એક પછી એક ઘટનાએ તેજસનું ટૅન્શન વધારી દીધું. એમાં આવું પગલું ભરી બેઠો. ભલેને ઘરેથી જતો રહ્યો, પણ મારા વગર ક્યાં રહી શકવાનો છે? કેટલો પ્રેમ કરે છે એ મને, પણ હવે મારે યશનેય સમજાવવો પડશે."

આવા વિચારો સાથે ચિંતા પ્રવાહીરૂપે આંખમાંથી વહેવા માંડી, "પણ મારે સૌથી વધુ તેજસને સાચવવો પડશે. આ બધી તાણમાં ક્યાંક એનું બ્લડપ્રેશર ના વધી જાય. હે ઈશ્વર, તું જ કંઈક રસ્તો ચીંધે તો સારું."

ડોરબૅલ વાગવાથી વિચારો પર બ્રેક લાગી. અનન્યાને ચીડ ચડી, "કેટલીવાર એસ.આર.કે.ને ટપાર્યો કે ચાવી સાથે રાખ. કાયમ ભૂલી જાય." ધડાધડ બૅલ વાગવા માંડી, અનન્યા દરવાજા પાસે જઈને ઊભી રહી. "ભલે બૅલ વગાડ અને થોડીવાર બહાર ઊભો રહે." અચાનક ડોરબૅલ વાગવા સાથે બહારથી દરવાજા પર હાથ ઠપકારવાનો અવાજ આવ્યો.

અનન્યાએ રોષભેર દરવાજો ખોલ્યો, "કેટલીવાર કીધું છે કે..." અનન્યા જોશભેર ધકેલાઈ અને એક છોકરી અંદર ધસી આવી. અનન્યા ડઘાઈ ગઈ. ખૂબ ગુસ્સો આવ્યો. તેણે ધ્યાનથી જોયું તો 28-30 વર્ષની શ્યામવર્ણી યુવતી, થોડી મેદસ્વી, વેરવિખેર વાળ, કપડાં પર લોહીના ડાઘ અને ચહેરા પર ગભરામણ.

તેણે બે હાથ જોડ્યા અનન્યા સામે, "પ્લીઝ, પ્લીઝ, મને બચાવી લો. મારી નાખશે મને... એકદમ પીંખી નાખશે."

અનન્યાને હવે સમજાયું કે આ કોઈ મુસીબતમાં ફસાયેલી અબળા લાગે છે.

જીવ બચાવવાનાં ફાંફાં મારવા માટે ધડાધડ ડોરબૅલ વગાડતી હતી, ને દરવાજો ઠોકતી હતી. અનન્યાએ ઝડપભેર દરવાજો બંધ કર્યો. ઍક્સ્ટ્રા સ્ટોપર પર પણ બંધ કરી. પછી ખોડંગાતી યુવતીને લઈ જઈને સોફા પર બેસાડી.

એ હજી હાંફતી હતી. આંખો ચકળવકળ થતી હતી. રીતસર ફફડતી હતી, "હું કામ માગવા પાંચમે માળ જવાનું હતું. એક બદમાશ પીછો કરતો કરતો છેક બિલ્ડિંગની અંદર આવી ગયો."

"ચિંતા છોડી દે. અહીં તું સલામત છો. શું નામ છે તારું?"

હજી ડર ગયો ન હોય એમ એ આજુબાજુ જોવા માંડી, "મ...મ... મારું નામ શાંતિ છે... શાંતિ. કોઈ છે નહીંને ઘરમાં?"

"ના, કોઈ નથી. તું આરામથી બેસ. હું પાણી લઈ આવું તારા માટે..."

"ના. પાણી નથી જોઈતું. પ્લીઝ, મારી પાસે બેસો."

"ઠીક છે. તારી પાસે જ રહીશ. પહેલા ડૉક્ટરને બોલાવીએ એટલે તારી ટ્રીટમૅન્ટ શરૂ થાય."

"ના. રહેવા દો. ડૉક્ટરની જરૂર નથી. ઉપરછલ્લા ઘા છે. એ તો મટી જશે."

"ભલે, પણ પોલીસને તો ફોન કરવો પડશે. બદમાશોને સીધા કરવા પડે જ."

"પ્લીઝ, એવી ભૂલ ન કરો. ક્યારેક તમને દાઢમાં રાખી લે તો મારે લીધે તમે હેરાન થાઓ એ મને મંજૂર નથી. ને પોલીસ જાતભાતના સવાલો પૂછે. બદનામી થશે તો કોઈ મને કામે નહીં રાખે."

"ઠીક છે, ઠીક છે. ખાલી મારા પતિને જણાવી દઉં." અનન્યાએ મોબાઇલ ફોન ઉપાડ્યો તો શાંતિએ એકદમ ફોન આંચકી લીધો. "પ્લીઝ, કોઈને ફોન નથી કરવો. પાંચ-દસ મિનિટમાં સ્વસ્થ થયા બાદ હું જતી રહીશ. મારે ઝંઝટ વધારવી નથી."

અનન્યાએ ડાઇનિંગ ટેબલ પરથી પાણીનો ગ્લાસ આપ્યો. શાંતિ ધીમે ઘૂંટડે પાણી પીવા માંડી. ઘડી ઘડી એની નજર સામેના એટલે કે ચોથા માળથી આવતા ફ્લૅટની અંદરના દાદરા પર જતી હતી.

અનન્યાએ એના હાથ પર હાથ મૂકીને ધરપત આપી, "અહીં કોઈ નથી, ને કોઈ આવવાનું નથી." શાંતિ ધીરે ધીરે પાણી પીતી રહી. સાડીના પાલવથી ચહેરા પરનો પરસેવો લૂછવા માંડી. અનન્યાને વિચાર આવ્યો, "બદમાશો ગરીબ કામવાળીનેય છોડતા નથી. ગામના ઉતાર જેવા મવાલીઓ. આ તો નસીબદાર છે કે અહીં આવી એટલે બચી ગઈ. નહીંતર કેવી દશા થઈ હોત બિચારીની?"

અચાનક ઉપર કંઈક અવાજ આવતા બંનેનું ધ્યાન દાદરા પર ગયું. બંનેના મોઢામાંથી સાથે ચીસ નીકળી ગઈ. ઉપર કોઈ ગુંડા જેવો માણસ ઊભો હતો.

હાથમાં રિવૉલ્વર લઈને. અનન્યાનું ધ્યાન દરવાજા પર ગયું, જે બંધ હતો. એને આશ્ચર્ય થયું કે આ માણસ અંદર આવ્યો કેવી રીતે?

શાંતિ એકદમ દોડીને અનન્યાની પાછળ સંતાઈ ગઈ. તેણે અનન્યાનો હાથ પકડી રાખ્યો. એ રીતસર ધ્રૂજતી હોવાનું સમજી ગઈ અનન્યા. કાળું લેધર જૅકેટ, લાલ ટીશર્ટ અને બ્લૂ જીન્સ પહેરેલો ગુંડો કોઈ ફિલ્મી વિલનની જેમ એક-એક દાદરો આરામથી ઊતરતો હતો.

અનન્યાએ ગભરાટને છુપાવવાનો પ્રયાસ કર્યો. એને થયું કે ડર્યા વગર માનસિક લડાઈ લડવાનો સમય છે આ. "તું અંદર આવ્યો કઈ રીતે? છે કોણ તું?"

"ચૂપ એકદમ. બંનેમાંથી કોઈએ મોઢું ખોલ્યું તો આ રિવૉલ્વર કોઈની સગલી નહીં થાય હોં, મા કસમ. તું મારો શિકાર કેવી રીતે છીનવી શકે? કેટલા દિવસથી એના પર મારી નજર છે."

એ નજીક આવતો ગયો એમ અનન્યાએ જોયું કે એ કોલસાના કઝિન જેવો કાળોમસ સાંઢ હતો. મોઢા પર કંઈક વાગ્યાનો ઘા ચહેરાને વધુ બિહામણો બનાવતો હતો. ગળામાં સોનાનો જાડો ચેન ડોકાતો હતો. એક હાથમાં સ્ટીલનું કડું હતું.

પણ અનન્યાને એના દેખાવથી ડરવાનું પરવડે એમ ક્યાં હતું? "આને તું હાથ તો લગાવી જો. એને અડતાં પહેલાં તારે મારો સામનો કરવો પડશે."

"તું, તું માસ્ટરને ધમકાવે છે. તું તું..." અટ્ટહાસ્ય કરતો માસ્ટર દાદરામાં બેસી ગયો, "મારા જેવો કદાવર પુરુષ, હાથમાં રિવૉલ્વર, ઘરમાં તું એકલી... મારા માટે સામનો નથી આ. તક છે, લોટરી છે, એક પર એક ફ્રી. બ્લૅક સાથે વ્હાઇટ બોનસમાં. સમજી?"

કમાન્ડર ઊભો થઈને દાદરા ઊતરીને આગળ વધ્યો. અનન્યાએ આસપાસ જોયું. શાંતિ ધીમેથી બબડી, "ચીસ પાડતાં નહીં, એ ક્યાંક ગોળી છોડી દેશે."

અનન્યા જરાય ઢીલી ન પડી, "છોકરીને તો હું કંઈ નહીં થવા દઉં. ખબરદાર આગળ વધ્યો છે તો..."

"અચ્છાઅઅ... માસ્ટરને ધમકી... એ પણ ઔરતની ધમકી. મા કસમ મજા આ ગયા. એકદમ મજા આ ગયા." ભયંકર અટ્ટહાસ્ય કરતો એ નજીક આવ્યો. અનન્યાને રિવૉલ્વરની અણીએ દૂર હટાવી. પછી ખુન્નસભરી નજરે શાંતિને જોઈ રહ્યો. બે ડગલા આગળ વધ્યો, "મા કસમ, તેં બહુ નાટક કર્યાં. સમજી ક્યા છમિયા? એક ઔરતને આજ માસ્ટર કો ધમકી દિયા... માસ્ટર કો ધમકી."

એ ખડખડાટ હસવા માંડ્યો. શાંતિના માથા પર રિવૉલ્વરનું નાળચું મૂકીને

આદેશ આપ્યો, "તું નહીં હસેગી ક્યા શાંતિરાની? હસ, તું ભી હસના શરૂ કર દે રે."

શાંતિએ અનન્યા સામે જોયું. અચાનક હસવા માંડી. લાગે જ કે એ પરાણે હસી રહી છે. માસ્ટર પણ એની સાથે હસવા માંડ્યો. ધીમે પગલે શાંતિ ચાલાકીપૂર્વક માસ્ટરની નજીક ગઈ. અચાનક એણે માસ્ટરની રિવૉલ્વર પર હાથ મૂક્યો.

અનન્યાના પગ પાણી પાણી થઈ ગયા. આ શાંતિ બેવકૂફીભર્યું જોખમ લઈ રહી છે. એક તો ગુંડો, ને પાછી રિવૉલ્વર સાથે છે એ. શાંતિએ આંચકા સાથે માસ્ટરનો રિવૉલ્વરવાળો હાથ ખેંચીને પોતાના લમણા પર મુકાવ્યો, "બોલ, ક્યાં ગોળી મારીશ? મારા માથા પર કે પછી દિલ પર?"

અનન્યાને થયું કે હવે ખેલ ખતમ. પહેલીવાર વાસ્તવિક જીવનમાં પોતે જીવતા માણસની હત્યા જોવી પડશે. માસ્ટરે શાંતિના લમણા પરથી રિવૉલ્વર લઈ લીધી. "મા કસમ, તને ગોળી છૂટવાનો અવાજ બહુ ગમતો લાગે છે. તો ચાલ, તારી એ ઇચ્છાય પૂરી થઈ જાય."

માસ્ટર બરાબર શાંતિની પાછળ ઊભો રહ્યો. એના બે હાથમાં રિવૉલ્વર મૂકી. એના હાથ પર પોતાના હાથ મૂક્યો અને રિવૉલ્વરનું નાળચું અનન્યા ભણી તાક્યું. અનન્યાનું મગજ બહેર મારી ગયું. આ થઈ શું રહ્યું છે બધું? એ ગભરાઈને પાછા પગલે દરવાજા ભણી ગઈ.

"પૂતળાની જેમ ઊભી રહે ચૂપચાપ. વર્ના ગોલી ચલ જાયેગી મા કસમ."

શાંતિય પ્રેમથી અનન્યાને સમજાવવા લાગી, "એની વાત માની લે. એકદમ જડ માણસ છે. એ ગોળી છોડી દેશે હો. સાચું કીધું ને માસ્ટર?"

બંને ખડખડાટ હસવા માંડ્યાં. અનન્યાને પરસેવો વળી ગયો, "તો... તો તમે બંને સાથી છો... કોણ છો?"

શાંતિ રિવૉલ્વર લઈને અનન્યા પાસે ગઈ, "બહુ સવાલ તો ઠીક, પણ જરાય અવાજ થાય એ માસ્ટરને પસંદ નથી. એ તો ગોળી ચલાવવાનો મોકો જ શોધતો હોય છે, શું સમજી? જરા વિચાર તો કર, તારો આ મોંઘો ડ્રેસ ગરમાગરમ લોહીથી કેવો ગંદો થઈ જશે? અને તને એનો અફસોસ કરવાનો મોકોય નહીં મળે. આ સસ્તી સાડી પર કેચઅપ લગાવતા મારો જીવ કપાતો હતો હો. આવી મંદી અને મોંઘવારીમાં તારો આટલો મોંઘો ડ્રેસ ન બગાડ, પ્લીઝ."

અનન્યાની ગભરામણ વધતી ગઈ. એને લાગ્યું કે પોતે ગમે તે ઘડીએ પડી જશે, "ક...કેમ આવ્યા છો? શું જોઈએ છે તમારે?"

શાંતિ અનન્યાની આસપાસ ગોળ ગોળ ફરી, "ડર, પસીના, ટેન્શન... ક્યાંક

આની તબિયત ન બગડે. માસ્ટર, કંઈક મનોરંજનનો ઇંતેઝામ કર. આને સારું લાગશે હોં."

દરવાજા બહારથી વાયોલિન વાદનનો કર્ણપ્રિય અવાજ સંભળાયો. શાંતિએ એકદમ દોડીને માસ્ટરના હાથમાં તાળી મારી. પછી ઉતાવળે પગલે જઈને ડોર આઇ ગ્લાસમાંથી જોયું. એના ચહેરા પર લુચ્ચાઈભર્યું સ્મિત આવી ગયું. એણે ઝડપભેર દરવાજો ખોલી નાખ્યો.

વાયોલિનના વાદનની ઝડપે એક છોકરડો કાખખોડીને સહારે અંદર ધસી આવ્યો. પાતળો, રૂપાળો અને માસૂમ ચહેરો. માંડ 18-20 વર્ષનો લાગે. વ્યક્તિત્વ એવું કે પરાણે વહાલો, પોતીકો લાગે. એ આગળ વધ્યો એટલે શાંતિએ ફરી દરવાજો બંધ કરી દીધો. એ છોકરડો અનન્યાની બાજુમાં ઊભો રહીને વાયોલિન વગાડવામાં વધુ મશગૂલ થઈ ગયો. એની આંખ બંધ અને ચહેરા પર ગજબનાક શાંતિ વર્તાઈ આવી.

માસ્ટરને વાયોલિન વાદનમાં રસ ન પડ્યો, "એય બચ્ચા, આશ્રમ માટે ડૉનેશન લેવા આવ્યો છે કે શું?"

શાંતિ હસી પડી, "બિલ્ડિંગનો વૉચમૅન તો એમ જ માને છે."

અનન્યા એકદમ ફસડાઈ પડી જમીન પર. એ રડમસ થઈ ગઈ. છોકરડાએ પ્રેમ સહાનુભૂતિથી એની સામે જોયું, "રોના કભી નહીં રોના... આઇ એમ કટપીસ... મને મળીને તમને હમણાં આનંદ થશે, ભવિષ્યમાં ક્યારેય ભૂલી નહીં શકો. આઇ પ્રોમિસ. એક પ્રોમિસ તમે આપો કે હવે ગભરાવાનું નહીં. પ્લીઝ, ડોન્ટ વરી. હું છું ને તમારી સાથે. આ બંને તો જંગલી છે એકદમ." પછી શાંતિ માસ્ટર સામે જોઈને, "સજ્જન, સૉરી, સન્નારી સાથે વર્તતા શીખી લો હવે."

માસ્ટરે એકદમ મોઢા પર આંગળી મૂકી દીધી. અનન્યા માંડ માંડ ઊભી થઈ, "તમે કરવા શું માગો છો? આ લો, કબાટની ચાવી. જોઈએ એટલું લઈને રવાના થાવ ફટાફટ."

એ ચાવીનો ઝૂડો ફેંકે છે. શાંતિ ઝૂડો ઉપાડીને ખુન્નસભેર અનન્યા પાસે ગઈ, "આ સાસુ-વહુની સિરિયલ લાગે છે તને! અમારી સાથે ચાવી ચાવી રમવાનું બંધ કર. અમે લોકો ચાવીના મોહતાજ નથી..."

માસ્ટર પણ અનન્યાની નજીક ગયો, "મા કસમ, સચ બોલ કી હમ લોગ ચોરલૂંટેરે લગતે હૈ ક્યા?"

કટપીસ શાંતિના હાથમાંથી ચાવીનો ઝૂડો લઈને અનન્યાને પાછો આપે છે, "મૅડમ, આ રાખી લો. એની જરૂર નથી. અમે નથી તમારા ઘરમાંથી કંઈ ચોરી કરવા આવ્યા કે નથી તમને નુકસાન પહોંચાડવા આવ્યા."

અનન્યા અકળાઈ ગઈ, "ફૉર ગૉડ શેક, પ્લીઝ ટેલ મી કે તમે છો કોણ?"

શાંતિ તરત અનન્યાની આંખમાં આંખ મિલાવીને બોલી, "તો ધ્યાનથી સાંભળ કે..."

માસ્ટર એની વાત અધવચ્ચે કાપી, "એક મિનિટ શાંતિ. હમણાં રહેવા દે. પહેલા અનન્યા જોશીને બધું કહેવાનું. પછી તેજસ રમણિકલાલ જોશીને કહેવાનું. પછી માસ્ટર યશ તેજસ જોશીને અને છેલ્લે એસ.આર.કે.ને. મા કસમ, મને રિપિટેશનનું ભયંકર ઇરિટેશન છે."

શાંતિ એકદમ માસ્ટરને ભેટી પડી. એના જમણા ગાલ પર ચુંબન કર્યું. કટપીસે ઈર્ષા અને કુતૂહલની લાગણી સાથે પોતાનો જમણો ગાલ પંપાળ્યો. શાંતિ એકદમ માસ્ટર પર ખુશખુશાલ થઈ ગઈ, "વાહ, જોશી ફૅમિલી પે સોલિડ, રિસર્ચ કિયા હૈ માસ્ટર. દિલ બાગ બાગ હો ગયા તો ઇનામ દે હી દિયા. ઉધારી પસંદ નહીં અપુન કો."

અનન્યા સ્તબ્ધ થઈ ગઈ કે આ લોકો તો બધું જાણે છે. એ વિચારમાં પડી ગઈ કે ઇચ્છે છે શું આ લોકો? કટપીસ એને હિંમત આપે છે, "મૅડમ, જરાય ફિકર ન કરો. હું છુંને? થોડીવારમાં બધી ખબર પડી જશે. પ્લીઝ, બી કમ્ફર્ટેબલ. પોતાનું જ ઘર સમજો."

શાંતિ હસતાં હસતાં બેવડ વળી ગઈ, "એનું જ તો ઘર છે."

માસ્ટરે પણ કટપીસનો ઉપહાસ કર્યો, "બાત ઐસે કરતા હૈ જૈસે ખુદ કે બાપ કા ઘર હો."

કટપીસ તરત અનન્યા પાસે જઈને કાનમાં ધીમેથી બોલ્યો, "મેં પહેલા જ કીધું હતું કે બેઉં સાવ જંગલી છે, પણ તમે એકદમ રિલેક્સ થઈ જાઓ." એણે શાંતિ અને માસ્ટર સામે જોયું, "મૅડમ, બહુ ગભરાઈ ગયાં છે. કંઈક બીજી વાત કરો."

માસ્ટર એક ડગલું આગળ વધ્યો, "ઓ.કે. કુછ કુછ અચ્છી બાતે હો જાયે. મા કસમ, આ બિલ્ડિંગનો આર્કિટેક્ટ ખૂબ ગમ્યો મને. કમાલનો માણસ હો. ઘરમાં ઘૂસવા માટે દરવાજા ઉપરાંત પાછળ મોટી બારી અને તોતિંગ ગૅલેરી બનાવી. અલ્લા ખુશ રખે ઉસે."

અનન્યા એની સામે જોઈ રહી, "સાચું બોલજો, કેટલા હુમલાખોર ઘૂસ્યા છો આ ઘરમાં?"

માસ્ટર એકદમ એની નજીક પહોંચી ગયો, "ઘૂસણખોર નહીં. મા કસમ એને અતિથિ કહેવાય અતિથિ. તિથિ જણાવ્યા વગર આવે ને એ. અતિથિ દેવો ભવઃ નથી સાંભળ્યું તેં?"

શાંતિએ લુચ્ચા સ્મિત સાથે અનન્યા સામે જોયું, "હા, આટલા જ અતિથિ પધાર્યા છે હોં. એક, બે અને અઢી..."

કટપીસે એને અટકાવી, "શટઅપ યુ નોટી, માત્ર ત્રણ જણા આવ્યા છીએ. વધુ નહીં આવે કોઈ હવે કોઈ... હવે કામની શરૂઆત કરીએ." બધા સામે જોઈને કટપીસે કાખઘોડી હાથમાં લઈ ઊંચકીને દૂર ફગાવી દે. "આ કાખઘોડીનો આઇડિયા માસ્ટરનો હતો. આપણને ગમ્યો હોં. બિલ્ડિંગના વૉચમૅનને જરાય ડાઉટ ન ગયો. એને થયું કે હું કોઈ અપંગોના આશ્રમમાંથી ડોનેશન માગવા આવ્યો છું. બચાડાએ સહાનુભૂતિ સાથે અંદર આવવા દીધો. એટલું જ નહીં, મારા માટે લિફ્ટ બોલાવી. લિફ્ટ આવી ત્યાં સુધી મારી પાસે ઊભો પણ રહ્યો. ખરેખર, માનવતા સાવ મરી પરવારી નથી હોં."

અનન્યા એકદમ અકળાઈ ગઈ. એને ગૂંગળામણ થવા માંડી. પોતે એકલી અને ઘરમાં ત્રણ અજાણ્યા માણસો. એય રિવૉલ્વર સાથે. પાછા પોતે શું કરવા માટે આવ્યા છે પણ સ્પષ્ટ કરતા નથી. એક તો તેજસને હિંસા ગમતી નથી. ફોબિયા જેવું થઈ ગયું છે. યશ એકદમ બાળક છે. ઉપર પેરેલિસિસનો શિકાર થયેલા અને મનથી ભાંગી પડેલા જાનીકાકા છે. મારી લાઇફમાં બે-ત્રણ દિવસમાં આટઆટલું બની ગયું એ માની કેવી રીતે શકાય? તેજસ તો આ લોકોને જોતાવેંત ઉશ્કેરાઈ જશે. બેભાન થઈ જશે કાં બાખડી પડશે. બંને વિકલ્પ આફતરૂપ છે. આ બધાથી પીછો છોડાવવો કેમ?

સામે એક ખૂણામાં માસ્ટર, શાંતિ અને કટપીસ છાના અવાજે ગુસપુસ કરતા દેખાયા. માસ્ટર અને શાંતિના હોઠ ફફડતા દેખાયા. કટપીસ ચૂપચાપ સાંભળતો હતો. કાં પોતાનામાં ખોવાયેલો હતો. માસ્ટરે ઝડપભેર નીચેની એક-એક રૂમ ચેક કરી. એ પતાવીને રિપોર્ટ આપ્યો કે કોઈ જોખમ લાગતું નથી. કટપીસે સાથે લાવેલી બેકપૅક ખોલીને ચેક કર્યું. બધું બરાબર હોવાનો ઇશારો તેણે અંગૂઠો બતાવીને આપ્યો.

માસ્ટરે ખોંખારો ખાધો, "આપણે શેના માટે આવ્યા છીએ, શું કરવા માગીએ છીએ અને કેવી રીતે કરવા માગીએ છીએ અને કેટલો સમય રોકાવાના છીએ એની રામાયણ અને મહાભારત તો બધા સાથે હશે ત્યારે કહી દેવાશે. પરંતુ એ પહેલા કામ શરૂ કરી દઈએ તો? એટલો સમય બચી જશે. બરાબર?"

શાંતિ અને કટપીસે માથું હલાવ્યું. કટપીસ હળવે પગલે જઈને બેકપૅક લઈ આવ્યો. એની ચેન ખોલતા એ બોલ્યો, "તું ઉપર આંટો મારી આવે તો સારું."

"એ કટપીસ મને ઑર્ડર કરતો નહીં હોં. તારી સાઇઝ જોતાં તો માંડ રિકવેસ્ટ કરી શકે, પણ આ આઇડિયા સારો છે. એ દાદરા તરફ આગળ વધી ત્યાં જ ડોરબેલ વાગી. વીજળીવેગે શાંતિ અને કટપીસ દરવાજાના પડદા પાછળ સંતાઈ ગયા. માસ્ટરે રિવૉલ્વર કાઢીને અનન્યાને ધમકી આપી, "કોઈ ફાલતું માણસ અંદર આવશે તો મા કસમ, ઘરનો એક મેમ્બર ઓછો થઈ જશે, સમજી."

5

અનન્યાના હૃદયના ધબકારા એકદમ વધી ગયા. એને લાગ્યું કે ધબકારાનો અવાજ ઢોલ વાગવા જેટલો મોટો કેમ આવે છે? ક્યાંક આ ત્રણેય ઘૂસણખોરને ખબર પડી ગઈ કે એકદમ ગભરાવા માંડી છું તો એ લોકો વધુ માથે ચડી બેસશે.

માસ્ટરે કરડી આંખે અનન્યા સામે જોયું, “ખબરદાર, જો જરાય હોશિયારી કરી છે તો. એકેય વધારાનો કે ખોટો શબ્દ મોઢામાંથી નીકળ્યો તો ગોળી છૂટતા જરાય વાર નહીં લાગે. ખોલ જલદી દરવાજો.”

ફફડતા હૃદય સાથે અનન્યાએ દરવાજો ખોલ્યો. જોઈને આનંદ પણ થયો ને ડર પણ લાગ્યો. સામે તેજસ દેખાયો, હાથમાં ફ્લાવર બૂકે સાથે. ચહેરા પર હસવાનો પ્રયાસ અને આંખોમાં ભૂલની કબૂલાત, પ્રેમભરી નજરે અનન્યાને જોતાં જોતાં ઘરની અંદર આવ્યો.

“ડાર્લિંગ, આઇ એમ સૉરી. વેરી સૉરી. તારી વાત સાચી છે. યશ એકદમ ઇનોસન્ટ છે. હું સ્કૂલના પ્રિન્સિપાલને મળી આવ્યો. મેં રાજવી એકદમ સ્પોઇલ્ડ ચાઇલ્ડ છે. આપણા યશની પાછળ પાગલ છે. તેણે ઇરાદાપૂર્વક પોતાનું પર્સ યશની બૅગમાં મૂક્યું હતું.”

તેજસ અનન્યા સામે જોઈ રહ્યો, પણ અનન્યા ચૂપ રહી. તેજસ એકદમ ભાવુક થઈ ગયો, “એકદમ ટૅન્શનમાં આવીને મેં ઉતાવળિયા સ્વભાવ મુજબ તને છોડી જવાની વાત કરી હતી. આઇ એમ રિયલી સૉરી. હું તો સાત નહીં, સાતસો જનમ તને પરણવા માગું છું.”

એ ઘૂંટણિયે પડીને અનન્યાનો હાથ પકડે છે, “વિલ યુ મેરી મી અગેઇન ઍન્ડ અગેઇન?” અનન્યાએ ના જવાબ આપ્યો કે ના પ્રતિભાવ આપ્યો. મૂંઝવણ સાથે તેજસ જોઈ રહી.

અચાનક માસ્ટરે દરવાજા પાછળથી તાળીઓ પાડવા માંડી. શાંતિ ઝનૂનપૂર્વક નાચવા લાગી. કટપીસ ચહેરા પર સ્માઇલ સાથે રસપૂર્વક વાયોલિન વગાડવામાં મશગૂલ થઈ ગયો. તેજસ એકદમ ડઘાઈને ત્રણેયને જોઈ રહ્યો. કંઈક ખોટું થયાની ગંધ આવી.

"અનન્યા, કોણ છે આ લોકો?"

શાંતિ હવે તેજસની ફરતે નાચવા લાગી. તેજસે બૂમ પાડી, "શટઅપ."

શાંતિએ નાક પર આંગળી મૂકીને "શશશશ" કર્યું, "ચૂપ એકદમ. રોમૅન્ટિક માહોલ છે, લગ્નની મંગળ ઘડીએ બૂમાબૂમ ન કરાય."

માસ્ટરે એકદમ નજીક આવીને તેજસ સામે જોયું, "મા કસમ, બહુ ભૂલકણા તમે તો. હમણાં લગ્નની વાત કરતા હતા, તો અમે જાનૈયા. આ લગ્નનાં હો, બાકીના 699 લગ્ન માટે બીજા શોધી લેવાના. નાચો, ગાઓ ઔર બજાઓ જોરશોર એ... મેરે યાર કી શાદી હૈ..."

તેજસ ગુસ્સામાં ફોન પાસે ગયો. એણે રિસિવર ઉપાડ્યું. માસ્ટર એને ખાઈ જવાની નજરે ઘૂરતો રહ્યો, "ફરી બીજો ફોન કરવાનો ટાઇમ બગાડવો જ પડશે. એટલે પોલીસને આગોતરી જાણકારી આપી દે કે મારા ઘરમાં ખૂન થયું છે."

તેજસે આંચકા સાથે પાછળ વળીને જોયું કે માસ્ટરે અનન્યાના લમણા પર રિવૉલ્વર મૂકી છે. એ એકદમ રિસિવર પાછું મૂકીને ફોનથી દૂર હટી જાય. માસ્ટરે ખંધા સ્મિત સાથે હળવેથી કહ્યું, "કરી લે ફોન. રિવૉલ્વર પર સાયલેન્સર છે. એટલે પોલીસ સાથેની તારી વાતચીતમાં કે પાડોશીને જરાય ખલેલ નહીં પડે."

એક પછી એક અણધાર્યા બનાવથી તેજસના પગ ધ્રૂજવા માંડ્યું. એને ચક્કર આવવા માંડ્યા. એ ફસડાઈ પડ્યો. માસ્ટરની રિવૉલ્વર માથા પર હોવા છતાં અનન્યા દોડી ગઈ. ગભરાટ સાથે તેજસને સાડીના છેડાથી હવા નાખી..

અનન્યાએ તીખા અને આકરા અવાજમાં માસ્ટરને કહ્યું, "રિવૉલ્વર ખિસ્સામાં મૂકી દો. પ્લીઝ." આજ્ઞાંકિત બનીને માસ્ટરે રિવૉલ્વર લેધર જૅકેટની અંદરના ગજવામાં મૂકી. "પણ યાદ રહે કે નો મોર રિકવેસ્ટ, નો મોર ડ્રામાબાજી, મા કસમ વર્ના અબ વૉર્નિંગ બગૈર ગોલી છૂટ જાયેગી."

અનન્યા રીતસર કરગરી, "ડ્રામા નથી આ. એમની તબિયત બગડી છે. હું બીપીની ટૅબ્લેટ લઈ આવું." એ ઊભી થઈને દોડવા ગઈ. શાંતિએ એકદમ કૂદીને એનો હાથ પકડી લીધો, "ચાલ, મને પણ તારું ઘર બતાવીશને?"

શાંતિ સ્લો-મોશનમાં ચાલતી હોય એવી ઍક્ટિંગ કરી. કટપીસે છાપું લઈને

તેજસને હવા નાખી, "સર, સર, જરાય ગભરાવાની જરૂર નથી. એવરીથિંગ ઇઝ ઓકે. આ માસ્ટર તો છે એકદમ જંગલી. જીભથી વાતો કરવાને બદલે ઘડી ઘડી બંદૂકડી કાઢે છે."

અનન્યાએ ગોળી અને પાણી આપ્યયાં તેજસને. એણે હવા નાખતા કટપીસને જોયો. એની સામે જોયા વગર કટપીસ બોલ્યો, "મૅડમ, ડોન્ટ વરી. હી ઇઝ ઓકે. સુન હી વિલ બી ફાઇન."

અનન્યાએ બે હાથ જોડી દીધા, "થૅન્ક્યુ, પણ પ્લીઝ, રિવૉલ્વર બહાર કાઢતા નહીં."

માસ્ટરે ભળતો જ પ્રતિભાવ આપ્યો, "મા કસમ, મને આ જરાય ગમ્યું નહીં. મહેમાનની આગતાસ્વાગતાને બદલે આવી નાટકબાજી?"

શાંતિએ મોઢું બગાડ્યું, "મને પણ ખૂબ ખરાબ લાગ્યું હોં." માસ્ટરે બે હાથ ઊંચા કરી દીધા, "મા કસમ, હવે આવું બન્યું તો ફરી અહીં પગ નહીં મૂકું, પણ તમે ચા તો મૂકો."

અનન્યા દૂર જતાં અચકાઈ, પણ કટપીસે તેજસ સામે જોઈને અનન્યાને હિંમત આપી, "ડોન્ટ વરી, હું સર પાસે છું."

શાંતિ ખડખડાટ હસી પડી. એ અનન્યાની નજીક જઈને મોટા અવાજે કાનમાં બોલી, "મને લાગે છે કે તું એને ગમી ગઈ. સાચી વાત કટપીસ?"

કટપીસ રોષમાં ઊભો થઈ ગયો, "શટઅપ, યુ ડર્ટી વુમન."

"વાહ રે મેરે છોટે રિચાર્જ. આને મળ્યાને એક કલાક નથી થયો ને હું ડર્ટી વુમન થઈ ગઈ!" આટલું બોલીને એણે પાગલની જેમ અનન્યાના પગ પકડી લીધા, "આપ કે નાજુક પૈર જમીન પે મત રખના, મૈલે હો જાયેંગે." ખડખડાટ હસતાં હસતાં એ અનન્યાનો હાથ પકડીને ચાલવા માંડી ત્યાં જ ડોરબૅલ રણકી ઊઠી.

તેજસ એકદમ વ્યગ્ર, ઉત્તેજિત થઈ ગયો, "ક... ક... કોણ આવ્યું હશે?" અનન્યા તરત દોડીને એની પાસે પહોંચી ગઈ, "તેજસ, લૂક એટ મી. હું સાથે છું."

માસ્ટર બંનેની નજીક આવ્યો, "સૉરી, એક મિનિટ માટે દો હંસો કા જોડાને છૂટા પડવું પડશે. જા મેડમ દરવાજો ખોલ. જૂની ચેતવણી રિપિટ નથી કરતો, પણ ટૂંકમાં સમજી જા મેડમ ઘરમાં માત્ર ફૅમિલી મેમ્બર જ આવશે. નહીંતર અંદર રહેલામાંથી એકની બાદબાકી. મા કસમ, પોપ્યુલેશન કંટ્રોલ બહુત જરૂરી હો ગયા હૈ. મૅસેજ સાફ છે, ફાલતું માણસ માટે નો ઍન્ટ્રી."

ભીંતની શોભા વધારતી ઘડિયાળની ટીક ટીક અને હૃદયના ધબકારા જાણે

સ્ટીરિઓફોનિક સાઉન્ડમાં ઘોંઘાટ કરતા હોય એવી નીરવ શાંતિ છવાઈ ગઈ ફ્લૅટના હૉલમાં. આગામી પળ કયું પત્તું ઊતરશે એની બેસબ્રી વચ્ચે અનન્યા આગળ વધી. એને લાગ્યું કે પોતાના ઘરનો દરવાજો જોજનો દૂર છે, કદાચ ક્ષિતિજની પેલે પાર.

અનન્યા દરવાજે પહોંચે એ પહેલાં માસ્ટર લેધર જૅકેટમાં રિવૉલ્વર પર હાથ મૂકીને દરવાજા પાછળ ઊભો રહ્યો. શાંતિ અને કટપીસ પડદા પાછળ સંતાયાં. અનન્યાએ જેવો દરવાજો ખોલ્યો કે સામે યશ અને એસ.આર.કે. દેખાયા. અનન્યા એકદમ ગભરાઈ ગઈ. એને થયું કે ચીસ પાડીને પોતે યશને કહે કે ભાગ, દૂર ભાગ, પણ દરવાજામાંથી હટવાને બદલે એ બે ડગલા પાછળ હટી ગઈ.

"ભૈયાજી, દૂધ નથી જોઈતું. ઘણું પડ્યું છે. બે દિવસ પછી આવજો તમે." આટલું બોલીને ધડામ કરીને દરવાજો બંધ કરી દીધો.

"મનફાવે ત્યારે દૂધ આપવા આવે એ થોડું ચાલે?"

માસ્ટરને કંઈક અજુગતું લાગ્યું, "યે ભૈયા દૂધ અચ્છા લાતા હૈ?"

"વાંધો નથી, ચાલ્યા કરે."

માસ્ટરના અવાજમાં કરડાકી આવી, "નામ શું છે તમારા દૂધવાળા ભૈયાનું?"

અનન્યાએ એકદમ સહજપણે જવાબ આપ્યો, "રામનારાયણ યાદવ. ગયા મહિને જ પટનાથી આવ્યો. હજી ટાઇમિંગમાં રેગ્યુલર નથી. ગમે ત્યારે ટપકી પડે."

ફરી ડોરબેલ વાગી. અનન્યા ઊભી રહી ગઈ. માસ્ટરે ડોર આઇગ્લાસમાંથી બહાર જોયું, "મા કસમ, ફરી ટપકી પડ્યો સરસ ગુજરાતી સમજતો દૂધવાળો. હવે સ્માર્ટનેસ બતાવ્યા વગર દરવાજો ખોલ. મને હતું કે તારે હમણાં મારી ગોળી બગાડાવવી નહીં હોય. ખેર, જેવી તારી ઇચ્છા. ખોલ દરવાજો."

અનન્યાએ ચૂપચાપ દરવાજો ખોલ્યો. સામે યશ અને એસ.આર.કે.ને જોઈને ગુસ્સો આવ્યો. યશને ધક્કો મારીને એણે બૂમ પાડી, "ભાગ, એકદમ ભાગી જા." પણ દૂર ભાગી જવાને બદલે યશ અનન્યાને ધક્કો મારીને અંદર દોડી આવ્યો. પાછળ પાછળ એસ.આર.કે. પણ આવ્યો. અનન્યા એકદમ ફસડાઈ પડી. રડતાં રડતાં યશને વળગી પડી. માસ્ટરે ગુસ્સામાં દરવાજો બંધ કર્યો એ યશને જોઈ રહી.

શાંતિએ પાસે આવીને યશને અનન્યા પાસેથી આંચકી લીધો, "માસ્ટર યશ, મને માસી કહીશ કે ફોઈ?" પછી આંખ મીંચકારીને પૂછે, "કે પછી ગર્લફ્રેન્ડ?" યશ કંઈ બોલી શક્યો નહીં. કટપીસે આવીને એને પોતાની પાસે બેસાડ્યો.

માસ્ટર ગુસ્સામાં અનન્યા પાસે ગયો, "તો આ હતો દૂધવાળો? ના, બે દૂધવાળા. હવે બધા ચૂં કે ચાં કર્યા વગર બેસી જાઓ."

અનન્યા અને યશ બેસી ગયાં, પણ એકદમ ડઘાઈ ગયેલો એસ.આર.કે. થાંભલાની જેમ ખોડાઈ ગયો. માસ્ટરે એનો હાથ પકડીને હલબલાવ્યો, "સર, આપને અલગથી આમંત્રણ આપવું પડશે કે બેસી જાઓ?" એસ.આર.કે. તરત તેજસ પાસે બેસી ગયો.

માસ્ટરે એસ.આર.કે. ભણી આંગળી ચીંધીને કટપીસ અને શાંતિને કહ્યું, "આને કહેવાય વફાદારી, આનાથી સાવધાન રહેજો હોં."

તેજસ થોડો સ્વસ્થ થયો, "ત... તમે બધા છો કોણ? અને શું કરવા..."

શાંતિ એકદમ ઊભી થઈ ગઈ, "ચૂપ, ઇટ્સ બેડ મેનર્સ. પહેલા યજમાનનો પરિચય. એ આપશે આદરણીય માસ્ટર."

માસ્ટરે ખોંખારો ખાધો, "સજ્જનો, સન્નારીઓ અને બે-ત્રણ બાળકો. આ ઘરના વડીલ તેજસ રમણિકલાલ જોશી. ઉંમર વર્ષ 45, પ્લસ પાંચ મહિના અને નવ દિવસ. આમ જાણીતા બૅન્કર. ઉપરાંત લેખક સાથે પાર્ટટાઇમ પ્રોફેસર પણ ખરા. હુલામણું નામ ટીજે. મૂળ વતન લાઠી. જિલ્લો અમરેલી, રાજ્ય ગુજરાત. મુંબઈમાં છેલ્લા સાડા ત્રણ દાયકાથી વસવાટ. મા કસમ, એકદમ સજ્જન માણસ હોં. બરાબરને સર? હા, એકદમ શાંત પણ ખરા."

માસ્ટર બે ડગલાં આગળ વધીને અનન્યા પાસે ગયો, "અનન્યા તેજસ જોશી. ઉંમર 40 વર્ષ. સૉરી વધુ કે સાચી નથી કહેવાઈ ગઈ ને? વ્યવસાયે ગૃહિણી. જન્મ, શિક્ષણ, ઉછેર અને લગ્ન બધું જ મુંબઈમાં. મૂળમાં મરાઠી મુલગી એટલે છોકરી. એક વાત કહેવાનું કેવી રીતે ચુકાય કે આ મૅડમ આર્મીના બહાદુર કૅપ્ટનની દીકરી છે એટલે આમ સારી પણ ક્યારેક જોખમી બની જાય. તેજસ અને અનન્યા પૂણેમાં મળ્યાં, પ્રેમમાં પડ્યાં અને મુંબઈ આવીને પરણી ગયાં. પછી..."

માસ્ટરે યશનો હાથ પકડ્યો, પણ એણે આંચકો આપીને છોડાવી લીધો. માસ્ટર હસી પડ્યો, "બ્રેવ બૉય, મામા'ઝ બૉય. યશ તેજસ જોશી. ઉંમર 15 વર્ષ, નવમા સ્ટાન્ડર્ડનો સ્ટુડન્ટ. ખૂબ સ્માર્ટ, ઇન્ટેલિજન્ટ અને ડાહ્યો. ઍક્શન ફિલ્મો જુએ, વાયોલન્ટ વીડિયો ગેમ્સ ગમે. ટૂંકમાં, નાનું પણ સિંહણનું બચ્ચું."

શાંતિએ એકદમ તાળી પાડી. માસ્ટરે હાથ પકડીને એસ.આર.કે.ને ઊભો કર્યો અને એનું શર્ટ ઊંચું કર્યું, "આ છે એસ.આર.કે. પણ સૉરી નો સિક્સ પૅક. એસ.આર.કે. એટલે શાહરુખ ખાન નહીં, પણ એનો એકદમ પાગલ ફૅન, શ્યામ રામપ્રસાદ કરણાની. ઉંમર 25 વર્ષ. જન્મ લાતુર. ધરતીકંપમાં ઘર, મા-બાપ અને ભાઈભાંડુ બધા ખતમ. જોશી પરિવારે દત્તક લઈને ભણાવવાની કોશિશ કરી, પણ એના નસીબમાં નોકર બનવાનું લખાયેલું હશે."

એસ.આર.કે. અકળાઈને બોલ્યો, “નોકર, નહીં વફાદાર નોકર. આ જોશી ફૅમિલી માટે સાત-સાત વખત હસતે મોઢે જીવ આપી દેતા ન અચકાય એવો વન ઍન્ડ ઑન્લી એસ.આર.કે.”

શાંતિ ખુશીથી ઊભી થઈ ગઈ. માસ્ટરની પીઠ થાબડીને બોલી, “માસ્ટર યુ આર રિયલી માસ્ટર. લે, આ બીજું ઇનામ.” આટલું બોલીને માસ્ટરને ડાબા ગાલ પર કિસ કરી. પછી યશ સામે જોયું, “બચ્ચા, તેં જોયું નથી ને? કે પછી આદત પડી ગઈ છે જોવાની? ને તું તો કોન્વેન્ટમાં છો તો ત્યાં આવું બધું નૉર્મલ ગણાય ને?”

શાંતિ ખડખડાટ હસી પડી કટપીસ મોઢું બગાડીને યશ પાસે જતો રહ્યો.

માસ્ટરે બધા પર નજર ફેરવી, “મા કસમ, અહીં રહેતા એક-એક જણની રજેરજની માહિતી છે અમને. આ ફ્લેટના 2486 સ્ક્વેર ફૂટના ઇંચેઇંચથી વાકેફ છીએ અમે.”

શાંતિ કંઈક વિચારમાં હોય એમ જમણા લમણા પર આંગળી મૂકી, “ફ્લૅટ દો, ફૅમિલી દો. એક હમારા, એક તુમ્હારા. પણ એક અન્યાય છે હોં. આપણે ત્રણ ને આ લોકો ચાર. માસ્ટર ઇન મેં સે એક કો કમ કર ડાલે?”

અનન્યાએ યશને પોતાની પાસે ખેંચી લીધો. શાંતિ હસી પડી, “અરે કમ કર ડાલે એટલે મારી નાખવાની જરૂર નથી. એટલિસ્ટ હમણાં તો નહીં જ. યશ બચ્ચા, તું અમારી ફૅમિલીમાં આવીશ? કે પછી અનન્યાને બોલાવી લઈએ, કટપીસ?”

કોઈ કંઈ બોલે એ અગાઉ ડોરબૅલ વાગી. માસ્ટર એકદમ ઉશ્કેરાઈ ગયો, “મા કસમ, આ બૅલને થોડીથોડીવારે વાગતા રહેવાની બીમારી થઈ લાગે છે. રહેવા દો. ખોલવાની જરૂર નથી. જે હશે એ જતો રહેશે. આપોઆપ એમ સમજીને કે ઘરે કોઈ નથી.” છતાં ડોરબૅલ વાગતી રહી. સાથે અનન્યાના મોબાઇલ ફોનની રિંગ વાગી, પણ એણે ફોન તરફ હાથ લંબાવ્યો. માસ્ટરે મોબાઇલ ઉપાડીને એને આપ્યો, “ફોન રિસિવ કર. જો કંઈ વધુ બોલી, તો કોઈ પણ ઓછું થઈ જશે.” એણે અચાનક યશને પાસે ખેંચીને માથા પર રિવૉલ્વર મૂકી, “ફોન ઉપાડ. કોઈ ઇશારો કર્યો, તો આની ખોપરીના ફુરચેફુરચા ઊડ્યા સમજ.”

તેજસ એકદમ પરસેવે રેબઝેબ થઈ ગયો, “ના, ના, કોઈ ઇશારો નહીં કરે. પ્લીઝ, અનન્યા.”

અનન્યાએ ફોન રિસિવ કર્યો, “હલ્લો, અરે ફ્રેશ થતી હતી. એવું તે કંઈ હોય તારા માટે? ઘરના દરવાજા કાયમ ખુલ્લા છે. ના, એવું ન બોલ... હું આવી

હમણાં જ." એ ફોન ઑફ કરીને આગળ વધી, "હું દરવાજો તો ખોલીશ જ. પછી ભલે જે થવું હોય તે થાય."

તેજસે ચીસ પાડી, "અનન્યા, તું શું કરે છે? કમબૅક, પ્લીઝ કમબૅક."

અનન્યા મક્કમતા સાથે ઊભી રહી, "આજે એ પાછી વળી ગઈ તો ખૂબ અંતર વધી જશે. જન્મથી મરણનું. જન્મોજન્મનું." પછી અનન્યાએ માસ્ટર સામે જોયું, "જો માની લાગણીનું મહત્ત્વ સમજતો હોઈશ તો મને નહીં રોકે તું. બાકી, જે કરવું હોય તે કરી લે."

બધા અવાચક થઈ ગયા. શાંતિ બબડી, "એકદમ પાગલ હો ગઈ હૈ." કટપીસે રસ્તો કાઢ્યો, "પહેલા બધા સંતાઈ જાઓ. જોઈએ તો ખરા કે મૅડમ આટલું જોખમ કોના માટે લે છે?"

માસ્ટર રઘવાયો થયો, "પણ ઘરમાં કેટકેટલાને સંભાળવાના? મા કસમ, ઘર છે કે ભાજી માર્કેટ? હું કોઈને આવવા નહીં દઉં."

કટપીસે થોડા સખત અવાજમાં પૂછ્યું, "આ સંજોગોમાં કમાન્ડરે શું કર્યું હોત એ મને ખબર છે. પ્લાનિંગ બહારના અણધાર્યા સંજોગોને પહોંચી વળવા તૈયાર રહેવું પડે." એણે અનન્યા સામે જોઈને હાથના ઇશારાથી આગળ વધવાનો અણસાર આપ્યો.

અનન્યાએ દરવાજો ખોલ્યો. 22 વર્ષની યુવતી બૅગ સાથે અંદર આવી. અનન્યાને ભેટી પડી, પણ અનન્યા એને અળગી કરીને અંદર ખેંચી લઈને દરવાજો બંધ કરી દીધો. પછી એ યુવતીને ભેટી પડી, "કેમ છે બેટા, મોના?"

પણ અનન્યાને જવાબ આપવાને બદલે મોના સતત તેજસને તાકી રહી, "મને તો એમ કે આજથી આ ઘરના દરવાજા મારા માટે કાયમ બંધ થઈ ગયા. આજે દરવાજો ન ખૂલ્યો હોત તો હું આપઘાત કરી લેત, કાં કાયમ માટે ભૂલી જાત કે હું આ ઘરની દીકરી છું. તમને શું ગમ્યું હોત, મિસ્ટર તેજસ જોશી?"

તેજસ કંઈ બોલી શક્યો નહીં. એની આંખમાં ભીનાશ આવી ગઈ, "તને પણ આજે જ આવવાનું સૂઝ્યું?"

મોનાએ તીખાશભર્યા સ્વરે જવાબ આપ્યો, "મને હતું કે મારું આવવું તમને નહીં જ ગમે. હું તો મમ્મીને અને યશને... ક્યાં છે મારો લિટલ ચેમ્પ?"

અનન્યા, તેજસ કે એસ.આર.કે. કંઈ બોલવાને બદલે નીચું જોઈ રહ્યા. અનન્યા ચૂપ રહી, "વ્હેર ઇઝ માય લિટલ ચેમ્પ? કોઈક તો બોલો."

દરવાજાના પડદા પાછળથી માસ્ટર બહાર આવ્યો, "મા કસમ, કોઈ કંઈ નહીં બોલે." યશ દોડીને મોના પાસે જઈને એને વળગી પડ્યો.

આશ્ચર્ય સાથે મોનાએ માસ્ટરને તુચ્છકારથી પૂછ્યું, "હૂ આર યુ?"

પડદા પાછળથી શાંતિએ બૂમ પાડી, "એ જવાબ તારે આપવાનો છે છોકરી. તું છો કોણ?"

કટપીસ સામેના ખૂણામાંથી બહાર આવ્યો, "ઉતાવળ નથી જવાબ આપવાની. પહેલા રિલેક્સ થાવ. થોડો સમય મળશે વિચારવાનો કે બોલવું શું?"

મોના વારાફરતી ચારેય કુટુંબીજન સામે જોઈ રહી. તેજસ અને અનન્યાના ઊતરેલા ચહેરા, યશ અને એસ.આર.કે.ના મોઢા પરના ભયથી એ મનોમન કલ્પનાના ઘોડા દોડાવવા માંડી. માસ્ટર રોષમાં અનન્યાની નજીક આવ્યો, "આ દીકરી દીકરી શું માંડ્યું છે? મા કસમ, તેજસ જોશીને કોઈ દીકરી નથી."

મોના તાણભર્યા માહોલમાંય હસી પડી, "યુ આર રાઇટ. તેજસ જોશીને દીકરી નથી, પણ અનન્યા જોશીને છે. મોના અનન્યા જોશી."

શાંતિએ માથું ખંજવાળ્યું, "માસ્ટર યે ક્યા લોચા હૈ? ઐસા કચ્ચા કામ નીકલા તેરા તો..."

માસ્ટરે વિશ્વાસસભર અવાજમાં જવાબ આપ્યો, "મા કસમ, કોઈ લોચો નથી. આ લોકોને ક્યારેય કોઈ દીકરી નહોતી. યશ સિવાય નથી અનન્યા પ્રેગનન્ટ થઈ કે નથી એબોર્શન કરાવ્યું. એમ આઇ રાઇટ, તેજસ જોશી?"

અનન્યાએ મોનાને પોતાની પાસે ખેંચી, "માસ્ટર, યુ આર રાઇટ ઍન્ડ રોંગ. મોના મારી જ દીકરી છે. મલાડમાં રહેતા હતા ત્યારે એને દત્તક લીધી હતી, અમારા પાંચમા મૅરેજ ડેના રોજ. પછી યશના જન્મના થોડા વરસ બાદ એ હોસ્ટેલમાં જતી રહી."

શાંતિએ ગુસ્સામાં માસ્ટર પાસે જઈને બંને ગાલ પર પરાણે સહેજ ચુંબન કર્યું, "મેં અગાઉ આપેલાં બંને ઇનામ પાછાં ખેંચી લીધાં. ન જાણે તેં હજી કેટલા લોચા માર્યા હશે?"

માસ્ટર કંઈ બોલી શક્યો નહીં. કટપીસ આંટાફેરા મારતો હાથ મસળવા લાગ્યો. એ તેજસ અને અનન્યા પાસે ઊભો રહ્યો, "મિસ્ટર, ઍન્ડ મિસિસ એક રિક્વેસ્ટ છે. જો તમારે અગાઉ કોઈ પતિ-પત્ની કે સંતાનો હોય તો એની માહિતી માસ્ટરને લખાવી દેશો, પ્લીઝ? અને માસ્ટર, એક વાત નક્કી કે આ ભૂલ વિશે જાણીને કમાન્ડર ખૂબ નારાજ થયા હોત."

મોનાએ બૂમ પાડી, "ચૂપ, બીજો બકવાસ પછી. પહેલા એ કહો કે તમે લોકો છો કોણ?"

શાંતિએ સીટી મારી, "એકદમ તીખી મીરચી હૈ યે લડકી."

માસ્ટરે બધો ગુસ્સો મોના પર કાઢતો હોય એમ બરાડો પાડ્યો, "ચૂપ કર. મા કસમ, એક બાત યાદ રખના. સવાલ અમે, માત્ર અમે પૂછીશું."

મોના તુચ્છકાર સાથે બોલી, "અમારા ઘરમાં અમને સવાલ કરતા રોકનારા છો કોણ? અને શા માટે સવાલ નહીં પૂછવાના?"

માસ્ટરે લેધર જૅકેટમાંથી રિવૉલ્વર કાઢીને હાથમાં રમાડી, "કારણ કે મને સવાલ ગમતા નથી, છતાં પૂછવા જ હોય તો જવાબ રિવૉલ્વર આપશે. બોલ, ચાલશે તને? તો પૂછી જો હવે માત્ર એક સવાલ અને પછી સાંભળ જવાબ."

૬

તેજસને જાત પર નફરત થઈ કે પોતે આ ત્રણેય ઘૂસણખોરને કંઈ કરી કેમ શકતો નથી? અરે, કંઈ કહી સુધ્ધાં શકતો નથી! એને પપ્પા, મમ્મી, ભાઈ અને બહેનના ગોળીથી વીંધાયેલાં શબ દેખાવા માંડ્યાં. એના સપનાની જેમ હવે શબના ચહેરા બદલાઈને અનન્યા, મોના અને યશ... તેનાથી જોરથી બૂમ પડાઈ ગઈ, "ના. ના. એવું નહીં થવા દઉં હું. કોઈ પણ કિંમતે એવું નહીં થવા દઉં."

બધા આશ્ચર્યથી તેજસને જોઈ રહ્યા. અનન્યાએ એનો હાથ પકડી લીધો. પોતાના એક હાથ પર તેજસનો હાથ મૂકીને બીજા હાથથી એ પ્રેમપૂર્વક દબાવીને હિંમત આપવા માંડી. માસ્ટર નજીક આવ્યો એટલે અનન્યાએ હાથ ઊંચો કરીને ઇશારો કર્યો કે ત્યાં જ ઊભો રહી જા. માસ્ટરને આ ખટક્યું, ખૂબ ખટક્યું, પણ એ જ સમયે કટપીસે પણ માથું ધુણાવીને એને આગળ વધતા રોક્યો.

અનન્યાએ બાજી સંભાળી લેવાનો પ્રયાસ શરૂ કર્યો, "તેજસનું કહેવું છે કે ગોળી ચલાવવી પડે એવા સંજોગો ઊભા નહીં થવા દે. અમારામાંથી કોઈ સવાલ નહીં પૂછે."

પણ મોના બે ડગલા આગળ વધીને માસ્ટર સામે ઊભી રહી, "ભલે તારી રિવૉલ્વર જવાબ આપે, પણ મારે જાણવું છે કે..."

તેજસ લગભગ કરગર્યો, "ના, કંઈ નથી જાણવું. રહેવા દે તું, મોના."

"ના, બંદૂક હોય કે બૉમ્બ. હું પૂછીશ જ કે તમે કોણ છો? અહીં શું કામ આવ્યા છો?"

શાંતિએ આંખ નચાવી, "જોયું મેં નહોતું કહ્યું કે તીખી મીરચી છે. પેલું શું કહે છે એને... હા, લવિંગિંયું મરચું..."

કટપીસે આવીને માસ્ટરનો હાથ પકડી લીધો. માસ્ટર સમજી ગયો કે ધમાલ

કરવાથી બચવાનું છે. એને રીસ ચડી કે કમાન્ડરે કેવા આ નાજુકડાને પોતાની ઉપર થોપી દીધો છે. મળવાનું થશે તો તેમને ચોક્કસ કહીશ જ આ વાત. માસ્ટરે ધીમેથી હાથ છોડાવ્યો. પછી મક્કમ પગલે મોના સામે ઊભો રહ્યો.

"હું માસ્ટર, આ કટપીસ અને પેલી શાંતિ."

મોનાએ તુચ્છકાર સાથે જવાબ આપ્યો, "નામ છોડો. એ બોલો કે આવ્યા છો શું કામ?"

શાંતિ એની પાસે ગઈ. એના વાળની લટમાં આંગળી ફેરવી, "ઇશ્ક લડાવવા તો નથી જ આવ્યા. એક કામ નીપટાને કા હય."

મોનાએ એવા જ તીખા તેવરમાં વધુ એક સવાલ ફેંક્યો, "કેવું કામ?"

કટપીસ બંનેની વચ્ચે ધસી આવ્યો, "પ્લીઝ, ટૅન્શન ઊભું ન કરો. હું ખાતરી આપું છું કે તમને કોઈને કંઈ નહીં થાય."

માસ્ટરે વચ્ચે શરત ઉમેરી, "જો ચૂપચાપ અમારી વાત માનશો તો..."

મોનાએ માસ્ટરની આંખમાં આંખ પરોવી, "કામ ન જાણીએ ત્યાં સુધી ચૂપચાપ કેવી રીતે રહેવાય? તમે અહીં બૉમ્બ મૂકીને બિલ્ડિંગ ફૂંકી મારવાના હો તો અમારે મરવાનું જ છે. તો શું મોઢા પર આંગળી મૂકીને ધડાકો થવાની રાહ જોવાની? ના, ના. ચૂપચાપ મરવાને બદલે હું..." અવાજ થોડો ઊંચો કરીને વાત આગળ વધારી, "હું બૂમાબૂમ કરીને મરવાનું પસંદ કરીશ, સમજ્યો?"

માસ્ટરનો ગુસ્સો સાતમા આસમાને આંબી ગયો. રિવૉલ્વર કાઢીને મોના સામે તાકી, "આ કંઈ તારી કૉલેજનો ડ્રામા નથી કે ક્યારની ડાયલોગબાજી કરે છે. રિવૉલ્વર અસલી છે, લોહી પણ અસલી વહેશે... એકદમ લાલચોળ અને ગરમાગરમ. સમજી કંઈ?"

તેજસે દૂરથી બૂમ પાડી, "પ્લીઝ, એને માફ કરી દો. બચ્ચું છે હજી."

અનન્યાએ સૂર પુરાવ્યો તેજસ સાથે, "હા, મોના નાદાન છે, પણ સાચું કહું તો મનેય ડર લાગે છે. અમે વિરોધ નહીં કરીએ, પણ શા માટે આવ્યા છો એ તો જણાવો."

માસ્ટરે કટપીસ સામે જોયું. કટપીસે આંખ બંધ કરી દીધી. માસ્ટર સમજી ગયો કે શું કરવાનું છે. તે ધીમે પગલે ચાલતો સામેની ભીંત પાસે ગયો. ભીંત પર રિવૉલ્વરનું નાળચું મૂક્યું, "આ ભીંતની પેલી બાજુ છે બૅન્ક. તેજસ જોશીની સહકારી બૅન્ક. એમાં કરોડો રૂપિયા પડ્યા છે એટલે અહીં આવ્યા વગર ન ચાલે. બરાબરને તેજસ જોશી? તમે જ બનાવડાવી છે ને બાજુની વિંગમાં બૅન્ક? આ ફ્લૅટને એકદમ અડોઅડ બૅન્કની બહાર ભરી બંદૂક સાથે સિક્યૉરિટી ગાર્ડ્સ બેસે છે. રાતે એ લોકો કોઈ જાતની ખલેલ વગર જાગતા બેસી રહેશે. અમે

તમારા ઘરની ભીંતમાં બાકોરું પાડીને બૅન્કની અંદર જઈશું. બૅન્ક લૂંટીને પાછા અહીં આવીશું. તમારો આભાર માનીશું ને પછી રફુચક્કર. તમે બધા બંધાયેલા હશો એટલે મામલો છેક સોમવારે બહાર આવશે. ત્યાં સુધીમાં તો ન જાણે અમે દુનિયાના કયા ખૂણામાં પહોંચી ગયા હોઈશું. મા કસમ, ક્યા પ્લાન બનાયા હૈ કમાન્ડરને. કટપીસ, મેરા સલામ બોલના, સર કો."

તેજસ એકદમ થીજી ગયો, "મારી બૅન્ક લૂંટવાની અને એય મારા જ ઘરમાંથી? પણ હું મૅનેજમૅન્ટને શું જવાબ આપીશ?"

માસ્ટર હસી પડ્યો, "ધૅટ ઇઝ યૉર પ્રૉબ્લેમ. મા કસમ, છ મહિનાના પૂરેપૂરા પ્લાનિંગ બાદ અમે આપનું ઘર પાવન કર્યું છે."

તેજસ માંડ માંડ જોર કરીને ઊભો થયો, "ઇમ્પૉસિબલ, મારી નજર સામે તમને આ કામ નહીં કરવા દઉં."

માસ્ટરે વેધક નજરે કટપીસ સામે જોયું, "આની આંખ બંધ કરવી જ પડશે, કાયમ માટે. એટલે બિચારાને પોતાની બૅન્ક લૂંટાતી જોવી ન પડે."

અનન્યાએ માંડ માંડ તેજસને નીચે બેસાડ્યો, "તમારે જે કરવું હોય એ શાંતિથી પતાવો અને એકદમ ઝડપથી."

શાંતિ હળવેકથી તેજસ પાસે ગઈ, "જોશી સાહેબ, અત્યારે સેફમાં કેટલી રકમ હશે? રફ અંદાજ તો હશે જ તમને..."

કટપીસ આગળ આવ્યો, "શુક્રવારે સાંજે 4.15 વાગ્યે પાંચ કરોડ સેફમાં મુકાયા. ત્રણેક મોટી કંપનીના કર્મચારીઓને સોમવારે સવારે પગાર ચૂકવવા માટે."

તેજસની આંખ આશ્ચર્યથી પહોળી થઈ ગઈ, "તને કોણે કહ્યું આ બધું?"

માસ્ટરે મૂછને વળ દીધો, "અરે, કમ્પ્યૂટર છે આનું ભેજું તો... કટપીસ આ બધાને સંભાળું છું. તું જલદી પેલું મશીન લગાવી દે."

તેજસ અકળાઈ ગયો, "કેવું મશીન?"

કટપીસે એકદમ સહજતાથી સમજાવ્યું, "જરાય ગભરાવાની જરૂર નથી. આ મોડીફાઇડ ડ્રીલ મશીન જેવું છે. અંદર નાની નાની કરવતો છે. એ સતત ગોળ ગોળ ફરીને સાવ નજીવા અવાજ સાથે આ ભીંતની આરપાર ગોખલું બનાવી દેશે એટલે કાણું પાડી આપશે."

શાંતિ એકદમ ઉત્સાહમાં આવી ગઈ, "પછી હું અને કટપીસ અંદર જઈને સેફ સાફ કરીશું. એક રૂપિયોય નહીં રહેવા દઈએ. હવે સમજાઈ ગયા અમારા નામ અને કામ? અબ કોઈ સવાલ નહીં કરેગા."

તેજસ માંદલું માંદલું હસ્યો, "તારી બધી મહેનત પાણીમાં જશે. અંદરની સેફ જાણીતી જર્મની કંપનીએ બનાવી છે. એ નહીં ખોલી શકો તમે લોકો."

કટપીસે આગળ આવીને તેજસ સામે કુર્નિશ બજાવી, "એ જ જર્મન કંપનીમાં મેં પાંચ વર્ષ કામ કર્યું છે. શું કામ કર્યું એ તો પૂછો? લૉક બનાવવાનું. આ કંપની પોતાના બધા સેફના પાસવર્ડ ડિજિટલી સ્ટોર કરે છે. એ પણ મેં હૅક કરી લીધા છે. તમારો પાસવર્ડ બોલી જાઉં?"

માસ્ટરે ખુશીથી જોશભેર તાળી પાડી, "અને બૅન્કનો નકશો તો ક્યારનો કટપીસના મગજમાં છપાઈ ગયો છે."

કટપીસે ભીંત તરફ આંગળી ચીંધી, "આની એક્ઝેક્ટલી પેલી તરફ લેડીઝ વૉશરૂમ છે ને, સર?"

કટપીસે પોતાના બેકપૅકમાંથી મશીન કાઢ્યું. એને ભીંત પર ફીટ કર્યું. એ ચાલુ થયું એટલે લાઇટ ઝબૂક ઝબૂક થવા માંડી. ભાગ્યે જ સંભળાય એવો એકદમ ઝીણો અવાજ આવવા લાગ્યો જાણે મશીનની કરવતે ભીંત સાથેની લડાઈ શરૂ કરી દીધી. કટપીસ મશીનમાં ટાઇમ સેટ કર્યો, દસ કલાકનો. મશીનમાં ધીમા ટકટકના અવાજ સાથે કાઉન્ટડાઉન શરૂ થયું. મશીન પરની ઝબૂક ઝબૂક થતી લાઇટમાં તેજસને પોતાનું લાંબું, વેદનામય, કલંકિત અને ડરામણું ભવિષ્ય દેખાયું. એકદમ દાંત ભીંસીને તેણે બંને આંખ બંધ કરી દીધી. કાન પર હાથ મૂકી દીધા. અનન્યા સમજી ગઈ કે તેજસ અત્યંત તાણ અનુભવી રહ્યો છે. બાળકોની ફિકર, ઘરની ચિંતા, પતિની સામે દેખાતી બીમારી અને બદનામી વચ્ચે. અનન્યાએ મનોમન ગાંઠ વાળી લીધી કે મૌન પ્રેક્ષક બનીને તમાશો તો નહીં જ જોવાય, પણ કરવું શું? ખોટી ઉતાવળ બહુ મોંઘી પડી શકે. આ લડાઈમાં પોતાના માટે એક વિકલ્પ છે, જીત, જીત અને જીત. અલબત્ત, એ જરાય આસાન નથી, પણ એકદમ અસંભવ છે?

મશીનની ઝબૂક ઝબૂક, રિવર્સ કાઉન્ટડાઉન અને ભીંત ઘડિયાળના કાંટા મિશ્ર સરકારની જેમ સામંજસ્ય જાળવવા પ્રયાસ કરતા રહ્યા. આ માહોલને રાતનું અંધારું વધારે ડરામણું બનાવતું હતું. ડ્રોઇંગ રૂમમાં તેજસ અને અનન્યા સોફા પર બેસી ગયો. મોના ખુરશીમાં ઊંડા વિચારોમાં ગરકાવ થઈ ગયો. એની ખુરશીના હેન્ડલ પર યશ બેઠો છે. મુઠ્ઠી ખોલબંધ કરતો એસ.આર.કે. વારાફરતી માસ્ટર, શાંતિ અને કટપીસને જોતો રહ્યો. એની આંખમાં ખુન્નસ એટલું બધું કે ત્રણેયને એકસાથે પતાવી નાખે. તેણે વિચાર્યું છે કે કટપીસ માટે ઝાઝું વિચારવા કે કરવાની જરૂર નથી. શાંતિય લેડીઝ છે. એટલે વાંધો ન આવે. પ્રૉબ્લેમ માસ્ટર નામના ગેંડાથી થાય, પણ એ તો જોઈ લેવાશે. આ જોશી ફૅમિલી માટે હું કરું એટલું ઓછું.

માસ્ટર આંટાફેરા કરતો રહ્યો. એની ચાલમાં કંટાળો વર્તાયો. બધાની સામે

ટેબલ પર તેજસ, અનન્યા, મોના અને એસ.આર.કે.ના મોબાઇલ ફોન પડ્યા છે. બાજુમાં લૅન્ડલાઇન ફોનના બે ઇન્સ્ટ્રુમૅન્ટ હતા. કટપીસ જીવની જેમ સાચવી રાખેલા વાયોલિનના તાર બરાબર કરતો હતો. અચાનક શાંતિએ મોટેથી બગાસું ખાધું. આળસ મરડીને શાંતિ ઊભી થઈ.

માસ્ટરે બધા પર એક નજર નાખી, "જુઓ ઉપરના બંને રૂમમાંથી ફોનના કનેક્શન કાપી નાખ્યા છે. બધાના મોબાઇલ ફોન પણ અહીં પડ્યા છે. કોઈએ વધારાનો મોબાઇલ ફોન છુપાવ્યો નથી. મા કસમ, મેં માન નહીં સકતા કિ યે બચ્ચે કે પાસ મોબાઇલ નહીં હૈ."

અનન્યાને થયું કે વાત કરતી રહીશ તો પોતાને સારું લાગશે અને કદાચ કંઈક ભેદ જાણી શકશે, "એણે બહુ જીદ કરી, પણ મેં ધરાર મોબાઇલ ફોન અપાવ્યો નહીં."

"ખરેખર, તો પછી ભણે છે કઈ રીતે?"

"એ ભણવામાં ધ્યાન આપે એટલે જ મોબાઇલ ફોનથી દૂર રાખ્યો છે."

"કમાલ છે, દેખાવમાં મૉર્ડન છો, પણ વિચારો વીસ વરસ જૂના છે તમારા. બિચારો યશ એની ગર્લફ્રેન્ડને ગુડનાઇટ કેવી રીતે કરતો હશે?"

શાંતિએ યશની મશ્કરી કરી, "કેટલી ગર્લફ્રેન્ડ છે એ તો બોલ."

યશે મોઢું બગાડ્યું. મોનાએ પણ દાંત ભીંસીને શાંતિ સામે જોયું. માસ્ટરે થોડા જોરથી તાળી પાડી, "ધ્યાનથી સાંભળી લો. બધા ફોન બંધ છે. મશીન કામ કરી રહ્યું છે. બારીના દરવાજા સજ્જડ બંધ છે. એટલે કોઈ ખોટો અવાજ કરતા નહીં. મા કસમ, નહીંતર પરિણામ સારું નહીં આવે."

શાંતિ તરત મોના સામે જઈને ઊભી રહી, "અમારી સ્કીમ એકદમ ઇઝી છે. શાંત રહો, જીવતા રહો નહીંતર આઉટ ઑફ રીચ થઈ જશો. સૌને એક જ મૅસેજ મળશે કે તમે જે વ્યક્તિનો સંપર્ક કરવાની કોશિશ કરો છો એ કાયમ માટે આઉટ ઑફ રીચ છે. કૃપયા ફરી સંપર્ક સાધવાનો પ્રયાસ કરવો નહીં, આભાર."

તેજસને આ આદેશમાં વધુ જોખમ દેખાયું, "પણ ફોનનો સાવ જવાબ નહીં આપીએ તો લોકોને ઊલટાનો શક જઈ શકે. કોઈ અહીં દોડી આવે. બૅન્કની એન્યૂઅલ જનરલ મિટિંગની તૈયારીની ચર્ચા માટે ફોન આવતા રહેવાના."

માસ્ટર ધીમે પગલે તેજસ પાસે ગયો, "અનિવાર્ય ફોન લાગે તો જવાબ આપવાના, પણ અમારી સામે અને એકદમ ટૂંકમાં."

જાણે રૂમમાં કોઈની હાજરી જ નથી એમ મોનાએ પોતાનો મોબાઇલ ફોન ઉપાડ્યો, "મારે બે જરૂરી ફોન કરવા પડે એમ છે."

શાંતિ જોરથી હસી પડી, "બોલ્યું મારું લવિંગિયું બોલ્યું, પણ એક વાત કર કે આ દત્તક મા-બાપ પર આજે જ કેમ પ્રેમ ઊભરાયો કે અહીં ટપકી પડી?"

જાણે કંઈ ન સાંભળ્યું હોય એમ મોના ચૂપ રહી. આનાથી શાંતિ ઉશ્કેરાઈ, "એ મીરચી સાંભળે છે કે કરું વઘાર?"

અનન્યા બાજી સંભાળવા મથી, "એ સ્પોર્ટ્સ કમ્પિટિશનમાં ભાગ લેવા કોરિયા જવાની છે. વિઝા અને ટિકિટનું પતાવવા એની ટીમ સાથે આવી છે."

શાંતિએ આગળ વધીને મોનાની હડપચી ઊંચી કરી, "ઐસા હૈ તો ટીમ કે સાથ રહને કા. સ્પિરિટ બઢતા હૈ. ચક દે ઇન્ડિયા યા આઇ.પી.એલ. કુછ નહીં દેખતી?"

મોનાએ મોઢું બગાડ્યું. પછી તેજસ સામે જોયું, "આ મારા પપ્પાનું ઘર છે. મારું ઘર છે. જ્યારે આવવું હોય ત્યારે આવું, મારે કોઈની પરમિશનની જરૂર નથી. ઇઝ ઝેટ્ ક્લિઅર?"

માસ્ટરે લગભગ રાડ પાડી, "મા કસમ, ધેટ ઇઝ નોટ ક્લિઅર. પૂછીએ એટલું જ કહેવાનું. એ પણ સાવ ટૂંકમાં. શોર્ટ ઍન્ડ સ્વીટ ઑન્લી."

શાંતિ એકદમ તોરમાં આવી ગઈ, "હા, શોર્ટ ઍન્ડ સ્વીટ, વિથ સ્માઇલ. અત્યારે જા કૉફી બનાવીને લાવ. સ્ટ્રૉંગ ઍન્ડ બ્લૅક."

શાંતિએ ફરી બગાસું ખાધું, પણ મોના હસી પડી, "આર યુ જોકિંગ. તારે કૉફી પીવી હોય તો તું બનાવ."

માસ્ટર એકદમ મોના તરફ ધસી આવ્યો. એના કપાળ પર રિવૉલ્વર મૂકી, "મા કસમ, અબ એક ભી ફાલતું બાત બોલી તો તેરા આધારકાર્ડ બેકાર હો જાયેગા. ભીંતનો રંગ તરત બદલાઈ જશે, ડાર્ક રેડ!"

તેજસ, અનન્યા અને યશ એકદમ ગભરાઈ ગયાં. તેજસ ઊભો થઈને માસ્ટર પાસે ગયો અને બે હાથ જોડ્યા, "પ્લીઝ, એને માફ કરી દો. બાળક છે. હવે ભૂલ નહીં કરે." પછી એણે મોના સામે જોયું, "તને જિંદગીમાં ક્યારેય કામ ચીંધ્યું નથી. આટલું કામ કર, મારા માટે કર, પ્લીઝ."

માસ્ટરે ગુસ્સામાં રિવૉલ્વર પાછી અંદર મૂકી, "મા કસમ, ઘડી ઘડી રિવૉલ્વર કાઢ્યા બાદ વાપર્યા વગર પાછી મૂકવાનું મને પસંદ નથી. હવે સમજે તો સારું."

શાંતિ એની પાસે આવીને ઊભી રહી, "હા, રિવૉલ્વર રિસાઈ જાય તો... છરી, ચાકુ આમ રિવૉલ્વર તો એની માશુકા છે. એટલે જ કહું છું કે છોકરી કૉફી સારી બનાવજે."

મોના ઊભી થઈ. એસ.આર.કે.ને બેઠેલો જોઈને શાંતિ વિફરી, "અને તું શું

અહીં દર્દ-એ-ડિસ્કો બતાવવાનો છે? જા, એને હેલ્પ કર."

મોના અને એસ.આર.કે. ગયા એટલે અનન્યાએ પૂછ્યું, "તમે લોકો ક્યારે જવાના છો?"

માસ્ટર ઘૂરક્યો, "અમે અહીં શોખથી રહેવા આવ્યા નથી."

શાંતિએ એકદમ નાના બાળકની જેમ નખરા કર્યા, "અમે કાય અનન્યા માસીને ઘરે વૅકેશનમાં રોકાવા આયવા નથી હોં."

કટપીસે વાયોલિનના તાર પર આંગળી ફેરવી, "અનન્યા મૅડમ, જુઓ કામ પત્યું કે તરત જ અમે ગાયબ." એણે ફરી વાયોલિન વગાડવા માંડી.

અનન્યા ગળગળી થઈ બોલી, "પ્લીઝ, ઘરમાંથી રોકડ, ઘરેણાં અને જે કીમતી ચીજો ગમે એ લઈ જાઓ, પણ બૅન્ક લૂંટવાનું રહેવા દો. એમની બૅન્કની એ.જી.એમ. છે. બૅન્કની 500મી બ્રાંચ ખૂલવાની છે. પરદેશમાંય એક્સપાન્શનનું એમનું ડ્રીમ છે. આવા સમયે બૅન્ક લૂંટાય અને એય મારા ઘરમાંથી તો અમે બરબાદ અને બદનામ થઈ જઈશું, પ્લીઝ..."

માસ્ટરે જોરથી માથાને ઝાટકો આપ્યો, "આનું નામ દયા ડાકણને ખાય. જુઓ મિસ્ટર જોશી, અમારે ઑર્ડરનું પાલન કરવું પડે, કમાન્ડરના ઑર્ડરનું અને કમાન્ડરને માત્ર કટપીસ મળ્યો છે એટલે તે જ વાત કરી શકે."

કટપીસે જોરથી વાયોલિનનો તાર છેડ્યો અને પછી વાયોલિન બાજુમાં મૂકી દીધું, "સૉરી, કમાન્ડરના ઑર્ડરનો અનાદર કરવાનું વિચારાય પણ નહીં."

માસ્ટર હસી પડ્યો, "બૅન્કમાંથી રોકડ રકમ લૂંટીને આપને મોઢું બતાવવા આવીશ, જતા અગાઉ મૅનેજિંગ ડિરેક્ટરની પરવાનગી તો લેવી પડે કે નહીં?"

શાંતિ એકદમ મૂડમાં આવી ગઈ, "સૌથી પહેલા બધા રૂપિયા મને ગણવા આપજો. હું છું ને ફાઇવ સ્ટાર હોટલના બેડ પર રૂપિયા પાથરીને એના પર ઊંઘવાની છું થોડીવાર. પાંચ કરોડ રૂપિયા પર પાંચ મિનિટની મસ્ત ઊંઘ આવે તો પાંચ જન્મની ગરીબીમાંથી છુટકારો મળી જાય. આહાહા... કેવી મીઠી ઊંઘ હશે એ?"

માસ્ટરે મોઢું કટાણું કર્યું, "અરે, તેં પાંચ હજારનાં સપનાંય ન જોયા હોય ત્યાં પાંચ કરોડ ઉપર મીઠી તો ઠીક, તીખી કે ખાટી ઊંઘેય ન આવે. સાવ ઊડી જાય ઊંઘ."

શંતિ એકદમ એની પાસે ધસી ગઈ, "તું કંપની આપે તો આપણે પાંચ કરોડની પથારી પર હનીમૂન મનાવીએ. બોલ, તૈયાર છો કરોડોના હનીમૂન માટે?"

માસ્ટર મોઢું બગાડીને બબડી, "એક રાતના કોઈ પાંચસોય ફરકાવતું નથી ને કરોડો પર હનીમૂન કરવા નીકળી."

શાંતિને અડધુંપડધું સંભળાયું, "શું બોલ્યો, તું? દેખ મૂડ કી વાટ મત લગા વરના..."

માસ્ટરથી ધમકી સહન ન થઈ. એક છોકરી મને ધમકાવે ને એય સૌની સામે? "વર્ના ક્યા? ક્યા કર લેગી તું? મા કસમ, મિશન નહીં હોતા તો આજ..."

શાંતિ માસ્ટર ભણી ધસી ગઈ, બંને એકમેકની સામે લોહીતરસ્યા ડાઘિયા કૂતરાની જેમ ઘૂરકતા રહ્યા. માસ્ટરે દાંત ભીંસીને શાંતિને ધક્કો માર્યો. એ ગાદલા-ગોદડાના કબાટ સાથે અથડાઈ. કબાટનો દરવાજો ખૂલી ગયો. એમાંથી બે તકિયા શાંતિના માથા પર પડ્યાં. શાંતિ એક તકિયો લઈને માસ્ટર તરફ આગળ વધી. જાણે તકિયાથી તેનું ગળું દાબી દેવા માગતી હોય.

અચાનક કટપીસ વચ્ચે આવી ગયો, "જે કરવું હોય એ કરજો, પણ મિશન ભુલાય નહીં. એ પણ વિચાર કરજો કે કમાન્ડરને આની ખબર પડી તો?"

માસ્ટરે માથું નીચું કરી લીધું, "સૉરી, અબ સે ધ્યાન રખુંગા. મા કસમ."

શાંતિએ કટપીસ સામે જોયું, "અપુન ભી સૉરી. મગર ઇસને અપુન કો ગાલી દિયા, ધક્કા ભી મારા... બહુત ભારી પડેગા."

તેજસ ચૂપચાપ બધું જોઈ રહ્યો. અનન્યાએ એનો હાથ પકડી રાખ્યો. બીજો હાથ યશના માથા પર મૂક્યો. અનન્યાએ ધીમેથી ઊભી થઈને બંને તકિયા કબાટમાં મૂકીને દરવાજો બંધ કર્યો, પણ ચાવી ન મારી.

શાંતિથી ટૅન્શન વચ્ચેય સીટી વાગી જાય, "બધા કબાટ ખુલ્લાં રાખો છો?"

શાંતિએ એની સામે જોયા વગર જવાબ આપ્યો, "હા. લગભગ. ઘરમાં બધા પોતીકા છે. એટલે અવિશ્વાસનો સવાલ જ ઊભો થતો નથી."

મોના અને એસ.આર.કે. કૉફી લઈને આવ્યા. મોના, સૌથી પહેલો કપ તેજસને આપવા ગઈ, પણ માસ્ટર વચ્ચેથી આંતરી લીધો, "મા કસમ, ઠંડી કૉફી મને ન ચાલે. ઊલટાનું માથું દુઃખવા માંડે."

એક હાથમાં કપ રાખીને માસ્ટર બીજા ટેબલ પર તબલા વગાડવા માંડ્યો. મોના બીજો કપ તેજસને આપવા ગઈ, પણ એ શાંતિએ લઈ લીધો. શાંતિએ કપ કટપીસને આપી દીધો, "લે, તું તો સામેથી કપ માગીશ નહીં ને?"

કટપીસે ઊભા થઈને એ કપ તેજસને આપી દીધો, "તમે કૉફી પીઓ. તમે બહુ ડિસ્ટર્બ લાગો છો."

અનન્યાએ કટપીસને રોક્યો, "ના. તમે લઈ લો. હું એમને આપું છું કૉફી." અનન્યા કપ ઉપાડવા ગઈ તો એ શાંતિએ ખેંચી લીધો, "થોડી મહેમાનગતિ કરવાનું રાખો."

શાંતિએ અનન્યા અને મોના સામે જોઈને મોઢું મચકોડ્યું, "છોડો સબ. ચિયર્સ... ક્યા ટાઇમ આયા હૈ? કૉફી સે ચિયર્સ કરને કા?"

એ કપ હોઠે માંડવા ગઈ ત્યાં માસ્ટર આડો હાથ ધરી ધર્યો, "એક મિનટ, બેવકૂફી મત કરના."

માસ્ટરે ઊભા થઈને પોતાનો કપ તેજસને આપ્યો, "લે આ પી. ફટાફટ અને ગરમાગરમ. તારા ચહેરા પર તાજગી અને ચમક આવવી જોઈએ."

તેજસ કપ સામે જોઈ રહ્યો. મોના અને એસ.આર.કે. કંઈક કહેવા માગતા હતા. તેજસે સાવ ધીમે ધીમે કપમાં ફૂંક મારી. માસ્ટરે એકદમ નાગની જેમ ફૂંફાડો મારીને એસ.આર.કે.ને તમાચો ઝીંકી દીધો. એનું ગળું પકડીને રોષમાં પૂછ્યું, "બોલ, કૉફીમાં ઝેર ભેળવ્યું છે ને?"

7

શાંતિ સટાક કરતી ઊભી થઈને તેજસ પાસે બેસી ગઈ, "આમ ને આમ તો કોલ્ડ કૉફી થઈ જશે. હરીઅપ મૅન. બધી બાબતમાં આટલા ધીમા છો કે શું?" શાંતિએ ભદ્દા સ્મિત સાથે અનન્યા સામે જોયું.

મોના એકદમ વિફરી, "એય, તારી બોબડીને કાબૂમાં રાખ." શાંતિ તેજસ પાસેથી ઊભી થઈને મોના પાસે ગઈ, "યાર, તીખી મીરચી, હું મર્દ હોતને તો તને..."

અચાનક અનન્યા ઝડપભેર ઊભી થઈને તેજસ પાસે ગઈ. એના હાથમાંથી કપ લઈને એક જ ઘૂંટે ગરમાગરમ કૉફી પી ગઈ, "હવે તમે બધા જુઓ કે હું ઝેરીલી કૉફીથી કેટલા સમયમાં મરું છું. બાકી બધાની કૉફીમાં પણ એક-એક ઘૂંટડો પી લઉં એટલે કોઈ જાતની શંકા ન રહે." એ રડમસ થઈ ગઈ, "અમે હત્યારા નથી. ના, ના, ના, તમારા જેવા નથી જ."

મોનાએ મમ્મીની પીઠ પર હાથ ફેરવ્યો, "હજીયે કોઈને શંકા હોય તો કૉફી વૉશબેઝિનમાં ઢોળી નાખે અને હવે અમારામાં કોઈ ચા-કૉફી નહીં જ બનાવે તમારા લોકો માટે."

શાંતિ ઊભી થઈ, "કૉફી મમ્મીએ પીધી અને તાકાત દીકરીને આવી. દત્તક દીકરીને..."

તેજસ બરાડી ઊઠ્યો, "એ અમારી દીકરી છે. સગી દીકરીથી વિશેષ, સમજી? તારા જેવા કુથલીખોરોએ જ એના બાળમાનસમાં ઝેર અને ગેરસમજણ ઠાંસીઠાંસીને ભરી દીધાં."

શાંતિ એક પળ સ્તબ્ધ થઈ ગઈ, "એ ભાઈ, મારા પર શાનો ભડકે છે? ફૅમિલી તારું, પ્રૉબ્લેમ તારો અને મારા પર બૂમાબૂમ. અને આ પ્રેમભ્રેમને હું

ઓળખું છું સારી રીતે. મતલબ નીકલ ગયા હૈ તો પહચાનતે નહીં. સગો દીકરો આવ્યો એટલે આ પારકીને મારવાની લાત..."

ન જાણે ક્યાંથી જોર આવ્યું કે તેજસે ઊભા થઈને શાંતિનું ગળું પકડી લીધું, "ફરી બોલી તો ગળું દબાવી દઈશ તારું. મોના મારી દીકરી છે. મારો ગર્વ છે, મારો જીવ છે, સમજી? બોલ સૉરી..."

માસ્ટરે પાછળથી જઈને તેજસના માથા પર રિવૉલ્વર મૂકી, "એને છોડી દે, નહીંતર મા કસમ, હવે હું ટ્રીગર દબાવી દઈશ."

તેજસનું ખુન્નસ હજી ઓસર્યું નથી, "આ સૉરી બોલે પછી જ ગળું છોડીશ." કટપીસે દરમિયાનગીરી કરી, "જોશી સાહેબ, પ્લીઝ, રિલેક્સ, સૉરી, વી આર સૉરી, શાંતિ પણ સૉરી કહેશે... શાંતિ બોલ સૉરી, જલદી બોલ."

શાંતિ માંડ માંડ 'સૉ...રી' બોલી શકી. તેજસે એનું ગળું છોડ્યું અને ત્યાં જ ફસડાઈ ગયો. શાંતિ હળવા પગલે મોના પાસે ગઈ. એના ખભા પર હાથ મૂક્યો, "સચમુચ તું બૌત લકી હૈ. ઐસા તો સગા બાપ ભી નહીં કરતા."

મોના સમજી ન શકી કે બે મિનિટમાં શું થઈ ગયું. એ ઊભી થઈને તેજસ પાસે ગઈ. એના પગ પકડી લીધા, "પપ્પા, મને... આ પાગલને માફ કરોને પ્લીઝ." તેજસની લાગણીનો બાંધ તૂટી ગયો. ભાગ્યે જ કોઈ પુરુષ રડ્યો હોય એમ એ રડવા માંડ્યો. બંને ક્યાંય સુધી એકમેકને જોતાં રહ્યાં ને પછી ભેટી પડ્યાં. અનન્યા અને યશ પણ બંનેની આજુબાજુ ગોઠવાઈ ગયાં.

ભૂંડી ભવાઈનું પૉઝિટિવ રિઝલ્ટ. માસ્ટરે ખોંખારો ખાધો એટલે તેજસ ઊભો થયો. તેણે ત્રણેય સામે હાથ જોડ્યા, "થૅન્ક્યુ, તમે જે લૂંટી જાઓ એનો વાંધો નથી. મારી અમૂલ્ય દૌલત પાછી મળી ગઈ તમારે લીધે. મારી દીકરી, એનો પ્રેમ અને એનો વિશ્વાસ પાછા મળ્યાં. જાઓ, જે કરવું હોય એ કરો. ભલે મારી બદનામી થાય કે બરબાદી, હું બધું ચૂપચાપ જોઈશ. મારા ફૅમિલીમાંથી કોઈ વિરોધ નહીં કરે. થૅન્ક્યુ, થૅન્ક્યુ વેરી મચ."

તેજસ જઈને સોફા પર બેસી ગયો. મોના એની બાજુમાં બેઠી. અનન્યાના હૈયા પરથી મણમણનો ભાર હટી ગયો અને ટાઢકના શેરડા ફરી વળ્યા. તેણે તેજસ સામે સ્મિત ફરકાવ્યું. તે જોઈ રહ્યો પત્નીને. જાણે કબૂલ કરતો હોય કે તું સાચી હતી, દીકરી મને ખૂબ પ્રેમ કરે છે. હું પણ... થૅન્ક્યુ.

માસ્ટરે જોરથી તાળી પાડી, "સાંભળો, હવે જોશી ફૅમિલી એક બેડરૂમમાં જશે. મા કસમ, શાંતિથી આરામ કરજો. કદાચ આપણી આ પહેલી અને છેલ્લી રાત છે. નો ટેન્શન, નો નાટક."

કટપીસ બગાસું ખાધું, "મારે પણ થોડા આરામની જરૂર છે."

માસ્ટર બધાને સંભળાય એ રીતે બોલ્યો, "ઓકે, કટપીસ, પણ આપણામાંથી વારાફરતી એક જણે જાગતા રહેવું પડશે." શાંતિએ બબડાટ કર્યો, "ન દારૂ, ન જમવાનું, ઉપરથી કૉફી પીધી અને આસપાસ આટલા બધા મર્દ. અલગ અલગ વેરાયટીના. આમાં ઊંઘ ક્યાંથી આવે?"

માસ્ટરે ચપટી વગાડી શાંતિ સામે, "કુછ પ્રૉબ્લેમ હૈ તેરેકુ?"

શાંતિએ સ્માઇલ આપી, "ના, જરાય નહીં. ફ્રેશરૂમ જઈ આવું. હમણાં હું જાગું છું પછી કોને જગાડું? કટપીસ તને?

કટપીસ માથું હલાવીને ચાલતો થયો. વાયોલિન અને બેકપૅક સાથે અચાનક પાછો વળીને વાયોલિન વગાડતા તે બોલ્યો, "ગુડનાઇટ ઍન્ડ સ્વીટ ડ્રીમ્સ. થૅન્ક્સ ફૉર નાઇસ કૉફી, મોના."

કટપીસે ચાલવા માંડ્યું ત્યાં માસ્ટરે એને રોક્યો, "આ મશીનની સ્પીડ વધારી ન શકાય?"

કટપીસ ભાવહીન ચહેરે માસ્ટરને જોઈ રહ્યો, "ભીંતમાં જરાય ધ્રુજારી વગર એને કાપવાની છે કે જેથી કોઈને ખબર ન પડે. છછુંદરની જેમ કામ કરવાનું છે. ધીમે ધીમે સ્પીડ વધારાય, પણ એક મોટું જોખમ છે. કદાચ બ્લેડ એટલે કે કરવત તૂટી જાય. ભલેને બારના ચૌદ કલાક થાય. સલામતી વધુ મહત્ત્વની કે નહીં?"

માસ્ટર માથું ધુણાવીને સંમત થયો. અચાનક એને નવો વિચાર આવ્યો, "તેજસ જોશી, તમે બધા નિરાંતે ઊંઘી શકો અને અમનેય ટૅન્શન ન રહે."

તેજસ પાસે વિકલ્પ ક્યાં હતો નનૈયો ભણવાનો? "બોલો, કૉફી સિવાય બીજું કંઈ જોઈએ છે? ખાવાનું તો બનાવડાવી આપું, પણ ઝેરનાં પારખાં કરશે કોણ?"

માસ્ટર એને જોઈ રહ્યો. ધીમેથી બબડ્યો, "મા કસમ, ચાંચડને પાંખ અને જીભ બંને આવ્યા લાગે છે." એ હસીને જોશી પરિવાર પાસે ગયો, "ના, ના, રાંધવાની તકલીફ આપવી નથી. માત્ર યશ અમારી સાથે, અમારા રૂમમાં રહેશે. તમારામાંથી કોઈ તોફાન ન કરે એની ગૅરન્ટી રૂપે."

તેજસને આંચકો લાગ્યો, "અરે, પણ અમે શું કરવાના? ક્યાં જવાના? મેઇન ડોર પાસે તો તમે છો જ ને!"

"આ ઘરમાં દરવાજા ઉપરાંત બારી છે, બાલ્કની છે. પાછળ સ્પાયરલ સીડી છે. નાહક જોખમ શા માટે લેવાનું?"

મોના મક્કમ પગલે આગળ આવી, "યશને નહીં મોકલીએ. જોઈએ તો હું આવું."

શાંતિ હસી પડી, "ખરેખર, તું આવીશ?"

અનન્યા એકદમ મોના પાસે ધસી ગઈ, "ના. મોના કોઈ સંજોગોમાં નહીં આવે. એને બદલે હું આવીશ. નિરાંત થઈ?"

યશ એકદમ ઊભો થયો, "ના. એમની ઇચ્છા મને લઈ જવાની છે, તો હું જ જઈશ. ડોન્ટ વરી, એ લોકો મને કંઈ નહીં કરે."

તેજસને સમજાયું નહીં, ખુશ થવું કે દુઃખી. માસ્ટરે આગળ આવીને યશનો હાથ પકડ્યો, "સ્માર્ટ બૉય, પણ હમણાં રૂમમાં સ્માર્ટનેસ કરવાનો હોય તો બધાના ચહેરા જોઈ લે, છેલ્લી વાર."

એસ.આર.કે. આગળ આવીને યશને બાથ ભરી, "આને બદલે મને લઈ જાઓ. કાં એની સાથે રાખો, પ્લીઝ."

માસ્ટરે મોઢું બગાડ્યું, "મા કસમ, ભયંકર મેલો ડ્રામા કરે છે. અમારી સાથે યશ આવશે. તું જઈને જોશી ફૅમિલીની સેવા કર. સમજ્યો?"

અનન્યા અને મોના એકદમ ઇમોશનલ થઈ ગયાં. યશે મમ્મીનો હાથ પકડીને હળવેથી દબાવ્યો, "મમ્મી, મારે માત્ર ભગતસિંહના ડાયલોગ નથી બોલવા. સમય આવ્યે ઝઝૂમવું પણ છે. વિશ્વાસ રાખ મારા પર. અત્યારે મારું એમની સાથે જેવું એ બેસ્ટ વિકલ્પ છે. આપણી હિંમત સામે બ્રિટિશરો હારી ગયા, તો આ મગતરાં શું કરી લેવાનાં? મારા સમ છે મમ્મી અને દીદી, જરાય ફિકર ન કરતા. બંને પપ્પાનું ધ્યાન રાખજો અને આરામથી ઊંઘી જજો. જો જો કાલે આ યશ મૅચ રમવા જશે અને રિહર્સલ પણ કરશે."

તેજસને થયું પોતે યશ પર ખોટા અંકુશો લાવ્યો. એ ઉંમરના પ્રમાણમાં ઘણો મૅચ્યોર અને બહાદુર છે. એક બાપ તરીકે હું એને સમજી ન શક્યો. સારું થયું કે અનન્યા એના સપોર્ટમાં રહી. તેણે અનન્યા, મોના અને યશ સામે જોયું. તેજસે અનન્યા સામે સ્મિત કર્યું, "તું અને મોના રૂમમાં જાઓ. હું આવું છું થોડીવારમાં."

મોનાને અચકાટ થયો, પણ અનન્યાને આ ગમ્યું. એનું મન હરખાયું, "તેજસ સ્વસ્થ થઈ રહ્યો છે, એ પોતાના ડરને બાથ ભરવા તૈયાર થઈ ગયો છે." અનન્યા મોનાનો હાથ પકડીને ચાલવા માંડી. બંનેએ યશ સામે અંગૂઠો ઊંચો કરીને શુભેચ્છા આપી.

તેજસે માસ્ટર સામે જોયું. એને પહેલીવાર સ્માઇલ આપ્યું, "એક રિક્વેસ્ટ કરવી છે. આજે દિવસ ખૂબ તાણભર્યો ગયો. વ્હીસ્કીનો એક પૅગ પીવાની ઇચ્છા છે. જો તમે રજા આપો તો?"

માસ્ટરને નવાઈ લાગી, "ઓકે, પણ કૉફીની જેમ ફટાફટ પીવી પડશે વ્હીસ્કી." એસ.આર.કે. તરત જ રસોડામાંથી સ્કૉચની બૉટલ, એક ગ્લાસ અને

આઇસ બકેટ લઈ આવ્યો. તેજસે સૂચના આપી, “બીજો ગ્લાસ લઈ આવ. માસ્ટર કંપની આપશે તો મને ગમશે.”

માસ્ટરે એસ.આર.કે.ને રોક્યો, “ના, મારો ગ્લાસ ન લાવતો. આજે અને કાલે મદિરાપાન નહીં કરું.” આટલું બોલીને એ ડાઇનિંગ ટેબલ પર બેસી ગયો. તેજસ એની સામે બેઠો. યશ બરાબર તેજસની સામે ગોઠવાઈ ગયો. એસ.આર.કે. થોડે દૂર ઊભો રહ્યો. એને સમજાતું નહોતું કે આટલી આફત વચ્ચે તેજસભાઈને વ્હીસ્કી પીવાનું મન કેમ થયું? આમેય ક્યાં રોજ પીવાની આદત છે?

તેજસે સ્મોલ પૅગ બનાવ્યા. એમાં બે આઇસ ક્યૂબ નાખ્યા પછી સ્ટરરથી હલાવીને નાનકડી ચુસકી ભરી, “આ હાહા... જાણે માથા પરથી હજારો મણનો પથ્થર ઊતરતો હોય એવી નિરાંત લાગે છે. કમાલની છે આ વ્હીસ્કી!”

ન માસ્ટરને કંઈ સમજાયું કે ન યશને, પણ તેજસને અનહદ આનંદ હતો કે દીકરી પાછી મળી ગઈ ને દીકરાની ઓળખ થઈ ગઈ. હજી એક કિલ્લો ફતેહ કરવાનો છે. પોતાના ડરને જીતવાનો છે. એ દિશામાં જવા માટે જ આ વ્હીસ્કીનો પ્રોગ્રામ બનાવ્યો. પોતાને એકીટસે ઘૂરી રહેલા માસ્ટરને તેજસ માપવા માંડ્યો. એને બોલતો કરવો પડશે, “યાર, સૉરી માસ્ટર, વ્હીસ્કીમાં આઇસ જેટલી જ મજા કંપનીની આવે. કાશ, તમે જોડાઈ શક્યા હોત! પણ જૉબ અને જવાબદારી મહત્ત્વનાં છે.”

“સાચું કહું તો તમારી સાથે પીવું મને ગમ્યું હોત.”

“રિયલી? થૅન્ક્સ, પણ હું સમજ્યો નહીં.”

“કારણ કે હું તમારામાં મારો ભૂતકાળ જોઉં છું.”

“એટલે?”

“મા કસમ, હું કૉલેજમાં તમારા જેવો જ હતો. મેથ્સમાં કાયમ અવ્વલ, એટલે જ આ નામ મળ્યું માસ્ટર.”

“સરપ્રાઇઝિંગ.”

“સરપ્રાઇઝ તો જિંદગી મને સતત આપતી રહે છે. મેથ્સના પ્રોફેસર બનવું હતું. પીએચ.ડી. કરવી હતી, પણ ભ્રષ્ટાચારનો રાક્ષસ મારાં સપનાં ભરખી ગયો. ના નોકરી મળી કે ના આગળ ભણી શક્યો.”

તેજસે વધુ એક આઇસ ક્યૂબ ગ્લાસમાં નાખ્યો, “વેરી સેડ... પછી? આઇ એમ સૉરી.”

“નો પ્રૉબ્લેમ, બીજાનાં દર્દ સૌને વાર્તા જેવાં ઇન્ટરેસ્ટિંગ લાગે. થાકીને સેલ્સમૅનની નોકરી સ્વીકારી લીધી.”

“સેલ્સમૅનની?”

"હા, વૉટર પ્યુરીફાયર વેચવાના. મા કસમ, મારી ચાલીમાં, રૂમમાં ગંદા પાણીનાંય ફાંફાં ને વેચવાના વૉટર પ્યુરીફાયર."

"પણ વૉટર પ્યુરીફાયર વેચવામાંથી આ કામ... મારો મતલબ છે કે..."

"મા કસમ, અચકાટ છોડી દો. આ ગુંડાગીરી પર કેવી રીતે વળી ગયો એ જ પૂછો છો ને? કંપનીના બે પાર્ટનરમાં ઝઘડો થયો. એકે માલ સગેવગે કર્યો, બીજાએ ઉઘરાણી ઘરભેગી કરી. પોતાની જાત બચાવવા બંનેએ મને હોળીનો નાળિયેર બનાવ્યો સુલેમાન અને ઇર્શાદે. બંનેએ પોલીસના હાથ ગરમ કર્યા અને મને કેસમાં ફીટ કરી દેવાયો. નોકરી ગઈ, સપનાં ગયાં અને અમ્મી પણ ગઈ કાયમ માટે. જેલમાં નવા દોસ્તોએ આ કામ શીખવ્યું. બસ, એમાં અથડાતો-કૂટાતો રહ્યો અને આજે સૌથી મોટા મિશનના ભાગરૂપે તમારી સામે છું. આ કામ કટપીસ લાવ્યો. નસીબ તો જુઓ કે બીજી જ મિટિંગમાં એને મારા પર વિશ્વાસ બેસી ગયો. મોટો દલ્લો મળ્યા બાદ હવે બધું છોડી દેવું છે. જીવનનો દાખલો ઉકેલવાનો ફરી પ્રયાસ કરવો છે." તેજસ માસ્ટર સામે જોઈ રહ્યો, "આ કમાન્ડર કોણ છે?" માસ્ટર હસવા માંડ્યો, "આ પ્રોજેક્ટનો કર્તાહર્તા, સર્વસ્વ, પણ મારી પાસેથી વધુ કંઈ કઢાવી નહીં શકો, કારણ કે હું જ જાણતો નથી."

તેજસ એક જ શ્વાસે સ્કૉચ ગટગટાવી ગયો, "આ સ્મોલ પૅગ અને વાતચીતથી આપણી વચ્ચેનો તાજોમાજો બરફ ઓગળી ગયો. હું પ્રયાસ કરીશ કે અમે કોઈ અવરોધ ઊભો ન કરીએ."

માસ્ટરના અવાજમાં નરમાશ આવી ગઈ, "થેન્ક્યુ, કાશ તમને હેરાન ન કરવા પડ્યા હોત."

તેજસે સ્માઇલ કર્યું, "આ જ લાઇફ છે. જીવનના અઘરા દાખલા ઉકેલીને સ્કૉચ પીવા બેસે ત્યારે મને યાદ કરજે ક્યારેક, પણ ત્યારે મારી ફિલૉસૉફી કે કવિતા નહીં સંભળાવી શકું તને."

માસ્ટરના ચહેરા પર ચમક આવી ગઈ, "મા કસમ, શાયરી પણ કરો છો? હું પણ ક્યારેક..."

"અરે વાહ, થોડું સંભળાવ પછી સૂવા જાઉં."

"ના, ના, શાયરી નહીં, જોડકણાં જ કહેવાય. સંભળાવીને પૅગનો નશો ઉતારી નથી નાખવો."

"ના, ના, હો જાય. ઇર્શાદ. મા કસમ છે તને?"

માસ્ટરે આંખનો ખૂણો લૂછી નાખ્યો, "આગ્રહ કરો છો તો સાંભળો મારા જીવનની ફિલૉસૉફી.

"જિંદગી સેલ્સ છે,
સંબંધો ટાર્ગેટ છે.
પત્ની ડેઇલી રિપોર્ટ છે,
બાળક ઇન્સેન્ટિવ છે.
જવાની કમિટમૅન્ટ છે
ઘડપણ અચિવમૅન્ટ છે.
શ્વાસ કમિશન છે,
અને મોત પ્રમોશન છે."

આ હતું તો વ્હોટ્સએપનું જોડકણું છતાં તેજસે એકદમ ઊભા થઈને માસ્ટરનો હાથ ચૂમી લીધો, "વન્ડરફૂલ. ક્યા બાત હૈ. મારી વાઇફ પછી તું બીજી વ્યક્તિ છે જેનો હાથ મેં ચૂમ્યો હોય."

માસ્ટર ગંભીર થઈ ગયો, "મારા માટે બે જ ચીજ બચી છે. ઘડપણ એટલે અચિવમૅન્ટ જો આવે તો, પણ પ્રમોશન નક્કી છે એ કોઈ નહીં છીનવી શકે."

તેજસ ઊભો થઈને ચૂપચાપ માસ્ટર પાસે ગયો. એનો ખભો થપથપાવ્યો, "સંજોગો વાયડા ન થયા હોત તો તું ઘણો સારો માણસ હોત. તારામાં હજી અંદર ભલાઈના અંશ જીવે છે એટલે એવી ભલામણ નહીં કરું કે મારા યશનું ધ્યાન રાખજો. મને ખબર છે કે તું ધ્યાન રાખીશ, ગુડનાઇટ."

યશ સામે જોઈને તેજસે ચાલવા માંડ્યું. માસ્ટર અને યશ ઊભા થયા ત્યાં ફ્રેશરૂમમાંથી નાહીને શાંતિ આવી. એના વાળ હજી ભીના હતા. એ કોઈકના ટર્કીશના ટુવાલથી હાથ લૂછતી હતી એને 'ગુડનાઇટ' કહીને માસ્ટર યશને લઈને ગયો.

શાંતિએ હાથ ઘસીઘસીને લૂછ્યા. એસ.આર.કે. કબાટમાંથી પોતાનું ગાદલું લેવા ગયો એટલે શાંતિએ એને રોક્યો, "એ હીરો, રુક થોડા ટાઇમ."

"પણ મને ઊંઘ આવે છે. એ પહેલા સાહેબના પગ દબાવવાના છે."

"જોક્સ મત કર. પાંચ-દસ મિનિટ બાદ ચલે જાના. ઔર દેખ સામને ડાઇનિંગ ટેબલ પર પડી હૈ વો બૉતલ લા."

એસ.આર.કે.ને આ ન ગમ્યું, "એ તો સરની ફેવરિટ છે, એકદમ મોંઘી છે."

શાંતિ ઝીણી આંખ કરીને એને જોઈ રહી, "તમે બધા અમારી મહેરબાનીથી જીવો છો ને તને સાહેબની દારૂની પડી છે."

"દારૂ નથી, સ્કૉચ હૈ સ્કૉચ." એસ.આર.કે. બોલ્યા વગર રહી ન શક્યો.

"અરે, જો મજા દેશી મેં હૈ, વો ઇસ મેં કહાં? મગર કરે ક્યા? જો ભી પ્યાર સે મિલા ઉસી કો પી ગયે... ધ્યાનથી સાંભળ, પાણીની બૉટલ લાવ,

એકદમ ઠંડી હો. બે ગ્લાસ પણ લાવ. પછી આપણે ગપ્પા મારીશું. આજની રાત તું ક્યારેય નહીં ભૂલે"

એસ.આર.કે. પરાણે ગયો. શાંતિએ મુખ્ય દરવાજો બરાબર છે કે નહીં એ ચેક કર્યું. ગાદલા-ગોદડાનો કબાટ ખોલીને જોયું. અંદર માથું નાખીને બહાર કાઢ્યું, "અડધોઅડધ ખાલી પડ્યો છે અને ધનવાનોનાં નખરાં તો જુઓ. અમારી આખી ચાલી આરામથી સૂઈ જાય એટલા ગાદલા, તકિયા, ઓછાડ અને ચાદર રાખ્યા છે. આજે નરમ નરમ ગાદલા છે તો ઊંઘવાનું નથી?"

એસ.આર.કે. પાણીની બૉટલ અને બે ગ્લાસ લાવ્યો. એ ટિપૉય પર મૂક્યા. શાંતિએ બૉટલને હાથ લગાવ્યો, "વાહ, મસ્ત, એકદમ ઠંડું છે હોં. એ હીરો, અંધારી રાતે છોકરી સાથે એકલો છે. કુછ કુછ હોતા હૈ ક્યા?"

એસ.આર.કે. કંઈ બોલ્યો નહીં. એ નીચું જોઈ ગયો. સ્કૉચ ગ્લાસમાં ઠાલવતી વખતે શાંતિએ ઊંચે જોયા વગર આદેશ આપ્યો, "ઓર એક કામ કર. ચેવડો કે તીખા ગાંઠિયા લઈ આવ. કંઈ ન મળે તો નમક, એકાદ કાંદો અને લવિંગિયું મરચું લાવ. જા ફટાફટ..."

એસ.આર.કે. ચીડભર્યા અવાજે બોલ્યો, "આ ટાઇમે આવું બધું?"

એસ.આર.કે. ગયો એટલે શાંતિએ જોશી ફૅમિલીના બેડરૂમના દરવાજાને હળવેકથી બહારથી કડી મારી દીધી. માસ્ટર અને યશના રૂમના દરવાજા પર કાન માંડીને બહારથી સાંભળવાનો પ્રયાસ કર્યો. પછી શાંતિ સોફા પર જાતને પટકી, "સો ગયા યે જહાઁ, સો ગયા આસમા..." એસ.આર.કે.ને આવતો જોઈને મૂડમાં આવીને ઉમેર્યું, "મગર જાગતા હૈ મેરા યાર."

થોડા અવાજ સાથે એસ.આર.કે. એ ટિપૉય પર ડીશ પછાડી, "વાહ, વાહ... ચેવડો લાવ્યો અને કાંદા પણ, દિલ ખુશ કર ડાલા... બોલ, ક્યા ઇનામ દૂં તેરે કો?"

એસ.આર.કે. મોઢું કટાણું કર્યું, "મજાક છોડો ને જલદી પતાવો આ પ્રોગ્રામ."

"અરે સાચું કહું છું. એકવાર ઇનામ માગી તો જો."

"મારા સાહેબની બૅન્ક ન લૂંટો તો..."

"તારું ફટકી ગયું છે? ઘોડા ઘાસ સે દોસ્તી કરેગા તો ખાયેગા ક્યા? તું કહેતો હોય તો તારા માટે લૂંટના માલમાંથી થોડા રૂપિયા રખાવું અલગથી."

"ના, ના, તો પછી એમની ફૅમિલીમાં કોઈને નુકસાન ન પહોંચાડતા, પ્લીઝ."

"તું સાલા એકદમ પુરાના મૉડેલ હૈ. રાજેશ ખન્ના કી બાવર્ચી કે ટાઇમ કા. અબ તો બમ્બઈ મેં નોકર લોગ શેઠ-શેઠાની કા મર્ડર કર કે ઘર લૂંટ લેતે હૈ..."

“હશે, પણ મારા માટે શેઠ-શેઠાણી નથી આ લોકો. માતાપિતાથી વિશેષ છે. મારા ભગવાન છે ભગવાન.”

શાંતિએ એકશ્વાસે સ્કૉચનો ગ્લાસ ખાલી કરી નાખ્યો, “હે ભગવાન, ચલ પ્રોમિસ દિયા, કિસી કો કુછ નહીં કરેંગે. મગર મેરી એક શરત હૈ. તુઝે પીના ઔર જીના પડેગા આજ કી રાત. કિસી કો બતાને કા નહીં કી ક્યા હુઆ આજ કી રાત.”

એસ.આર.કે.એ આસપાસ જોયું. શાંતિ હસી પડી, “દેખ કોઈ નહીં હૈ ન આસપાસ? તું ભી પી લે થોડા. ફિર સોના હી હૈ ના?”

“ના, ના, હું ક્યારેય પીતો નથી.”

શાંતિએ બીજો ગ્લાસ ઉપાડ્યો, “નથી પીતો એમાં કઈ મોટી વાત. એકવાર મજા માણી જો, પછી ન પીવે તો માનું હું.” બીજો ગ્લાસ ઉપાડીને તરત ગટગટાવી ગઈ. એસ.આર.કે.એ બંને ગ્લાસ ફરી ભર્યા. અડધા અડધા. શાંતિએ એની સામે જોયું, “ગુડ બૉય, વેરી ગુડ બૉય, કુછ કુછ સુકુન મિલા દિમાગ કો. દેખ અપની રાત હૈ ન દારૂ ઔર મર્દ કે બગૈર ખતમ નહીં હોતી. ઔર સાલા દિન ન રૂપિયે કે બગૈર શરૂ હોતા હૈ, ન ખતમ હોતા હૈ.”

એસ.આર.કે. કંઈ બોલ્યો નહીં. એની સામે જોયા વગર શાંતિએ કાંદાનો ટુકડો ઉપાડ્યો. એક-એક પડ અલગ કર્યા, “લાઇફ એકદમ કાંદા જેવી છે હોં. પોતે કપાય ને બીજાને રડાવે, પણ ખાનારને ટેસડો કરાવી દે. મારી લાઇફ તો કાંદાથીય ખરાબ છે સાલ્લી.”

૪

એસ.આર.કે.ને શાંતિની બકવાસ સાંભળવામાં રસ નહોતો. એ ખાલી ગ્લાસ ભરતો ગયો અને કંઈક વિચારતો ગયો. શાંતિએ કાંદાનો ટુકડો મોઢામાં મૂક્યો, "મારા બાપે માને છોડી દીધી. એક દિવસ મા એના કોઈ યાર સાથે ભાગી ગઈ. એક ઓળખીતા મામાએ દયા ખાઈને સાથે રાખી. રોજ સવાર-સાંજ ગામના ભાંડી-વાસણ ઘસવા જવાનું. ત્યાંથી વધઘટ મળે એ પોતે ખાવાનું, ને બેવડા મામાનેય ખવડાવવાનું. ક્યારેક કામ પરથી મોડું થાય તો ધોલધપાટ કરી લે. એક રાતે મામો ખરેખર કંસ બની ગયો. 15 વર્ષની આ છોકરી પર રેપ કર્યો. પછી મને બહુ મારી અને ધમકાવી. હું ચૂપ રહી એટલે એ બધું રોજેરોજ થવા માંડ્યું. મામો મારાથી કંટાળ્યો એટલે બીજા યારદોસ્તોને ઘરમાં લાવવા માંડ્યો અને હરામી... ને એક દિવસ ઉપરવાળો મારા પર મહેરબાન થઈ ગયો. કોઈએ મામાને છરો મારીને ગટરમાં ફેંકી દીધો... હું ફરી અનાથ થઈ ગઈ, પણ ખૂબ ખુશી થઈ. હજી એ ઝૂંપડામાં રોજ નવા મરદ આવે... ચાર પૅગ અને બે મરદ આવે પછી ઊંઘ આવે... એક સાચી વાત બોલું? તું અચ્છા દારૂ પીલાયા, એકદમ દિલ સે."

અચાનક શાંતિએ એસ.આર.કે.ના ચહેરા નજીક મોઢું લઈ જઈને ખોલ્યું, "ક્યા કાંદા કા બાસ આતા હૈ?"

એસ.આર.કે.એ મોઢું પાછળ ખેંચી લીધું. શાંતિએ એના બે બાવડા પકડી લીધા, "બોલના કિંગ ખાન... આજકી રાત તું હી કિંગ ઔર તું હી ખાન." એ એસ.આર.કે.ને નજીક ખેંચીને એના બંને હાથ પરાણે પોતાના ગાલ પર મૂકી દીધા, "કુછ કુછ હોતા હૈ? તું જો ચાહે વો કર લે... આજ કુછ નહીં બોલેગી મૈં... તેરે કુ અચ્છા લગતા હૈં ન? મેરે કુ ભી... ડર મત..."

એસ.આર.કે. થોડું જોર કર્યું, "પ્લીઝ, હાથ છોડી દો મારા..."

"મેરે રાજ્જા, તું તો શરમાતા ભી હૈ. હાય મૈં મર જાવા... આજ તો મજા આ જાયેગા... બધું ભૂલી જા. એક જ વાત યાદ રાખ કે તું મારો રાજા, ને હું તારી રાણી... ગુલામડી બનાવે તોય મને મંજૂર હો... બોલ, કેવી રીતે શરૂઆત કરીશ?"

એસ.આર.કે.એ કોઈ હરકત કરી નહીં. શાંતિ એની આંખમાં જોઈ રહી, "નખરા બૌત કરતા હૈ સાલ્લા. ચલ મૈં હી ઑર્ડર કરતી હું... તું નોકર કે જૈસા માનને લગ... યા ફિર મૈં શરૂઆત કરું?" શાંતિ એના શર્ટનું પહેલું બટન ખોલ્યું, બીજું બટન ખોલવા માટે હાથ આગળ વધાર્યા ત્યારે એકદમ જોર કરીને એસ.આર.કે.એ શાંતિને ધક્કો મારી દીધો. શાંતિએ સ્તબ્ધ થઈ ગઈ, ગુસ્સે પણ. અચાનક એસ.આર.કે. ઊભો થઈને દરવાજા તરફ જવા માંડ્યો. શાંતિ એને જોઈ રહી અને ઓચિંતી ચિત્તાની જેમ ઊછળી. એસ.આર.કે.ને ધક્કો માર્યો. એ ભીંત સાથે ભટકાયો. શાંતિએ ગુસ્સામાં એના ગળા પર કીક મારી. પછી એસ.આર.કે.ના મોઢા પર ડાબો હાથ મૂકીને જમણા હાથથી ગળું દાબ્યું. નશા અને રોષને લીધે એ તદ્દન જંગલી બની ગઈ. એનાથી છૂટવા એસ.આર.કે. જોર કરતો જાય એમ એમ શાંતિ હાથની તાકાત વધારતી ગઈ. થોડી મિનિટ પછી એસ.આર.કે.ની હિલચાલ ઓછી થતી ગઈ એ પછી એકદમ બંધ પડી ગઈ. શાંતિનો શ્વાસ ફૂલી ગયો. તેણે એસ.આર.કે.ના ગળા અને મોઢા પરથી હાથ હટાવી લીધા અને એ નીચે ફસડાઈ પડ્યો.

શાંતિ એના પર થૂંકી, "સાલો હરામી... નશો બગાડ્યો, રાત બગાડી, મૂડ બગાડ્યો અને ઊંઘ પણ... નમકહલાલ કૂતરાને મોત મર્યો, પણ મારી વાત ન માની." શાંતિએ એસ.આર.કે.ને એક લાત ફટકારી પછી બીજી લાત મારી. અચાનક પોતાના વાળ ખેંચીને પાગલની જેમ હસવા માંડી, "રેપ કિયા ઉસકો મૈં કુછ નહીં કર પાયી ઔર જીસને કુછ નહીં કિયા ઉસકો માર ડાલા." એ એસ.આર.કે.ના શબ પાસે બેસી ગઈ, "દેખા, ઇતની ઇમાનદારી અને વફાદારી સે કયા ઇનામ મિલા? થોડા સમજને કા રે. ચલ અભી સે ધ્યાન રખને કા ક્યા?"

•

ડી.સી.પી. પી. એન. જાડેજાએ પોતાના વિસ્તારના બધા પોલીસસ્ટેશનના ઇનચાર્જને વારાફરતી મોડીરાતે પૂછપરછ કરી કે કંઈ નવાજૂની? ઝોન નવમાં પોલીસ એકદમ નહીં, વધુ પડતી સક્રિય થઈ ગઈ. ગમે તે વ્યક્તિ જરાકેય શંકાસ્પદ લાગે તો પૂછપરછ અને નામ, સરનામા અને ફોન નંબરની નોંધ થાય. મોબાઇલ ફોનથી ફોટો પડાય. એને થોડીવાર બેસાડી રખાય. પેટ્રોલિંગ

ટીમ ઍડ્રેસ સાચું હોવાને લીલી બત્તી આપે પછી જ એ વ્યક્તિને જવા દેવાય. કોઈકમાં જરાક ઓગણીસ-વીસ લાગે તો અટકાયતમાં લઈને સઘન પૂછપરછ માટે ઉપરી પાસે લઈ જવાય, પરંતુ સાચા અર્થમાં એકદમ ઉપયોગી કહેવાય એવું કાંઈ હાથ લાગ્યું નહોતું.

ઝોન નવમાં આ બધા ગતિવિધિ સાથે સમગ્ર મુંબઈની પોલીસ અઘોષિત એલર્ટ પર હતી. ટોચના ઑફિસરથી લઈને કૉન્સ્ટેબલ-હવાલદાર સુધીની રજા તાત્કાલિક અમલમાં આવે એ રીતે રદ કરી નખાઈ હતી. મીડિયાને ગંધ આવી ગઈ કે કંઈક અસાધારણ થઈ રહ્યું છે, પરંતુ શું? કોઈની પાસે જવાબ નહોતો. ખબરીઓને એકદમ બખ્ખાં થઈ ગયાં. તેઓ લગભગ ઓવરટાઇમ કરવા માંડ્યા.

•

ઓવરટાઇમ તો દિલ્હીમાં બેઠેલા દેશના નેશનલ સિક્યોરિટી એડવાઇઝર અમર્ત્ય દાસ પણ કરી રહ્યા હતા. દાસ આજીવન કુંવારા. ઑફિસ જ ઘર. ક્યારેક ઑફિસથી નવરાશ મળે તો કોઈ સર્કિટ હાઉસ કે હોટેલમાં જતા રહે, પણ છેલ્લા થોડા દિવસથી તો ઑફિસમાં પડ્યાપાથર્યા હતા. બે ચપરાસી બાર-બાર કલાક હોય. જે કૉફી, બ્રેડબટર, સેન્ડવિચ, સલાડ આપી જાય. બ્રેકફાસ્ટ, લંચ અને ડિનરનો કોઈ ટાઇમ રહ્યો નહોતો. રિલેક્સ થવું હોય તો અડધો કલાકનું ઝોકું ખાઈ લે કાં યોગ કરી લે.

ક્યારના અમર્ત્ય દાસ દેશ-પરદેશના અધિકારીઓ, કૉન્ટેક્ટ્સ અને જાસૂસો સાથે સતત વાતચીતમાં વ્યસ્ત હતા. તેમને કંઈક મહત્ત્વનું જાણવું હતું, પણ સીધો સવાલ પૂછવાનું શક્ય નહોતું. હજી સુધી ગોળ ગોળ વાતોથી કોઈ નક્કર આકાર કે નામ સામે આવતા નહોતા. રહીરહીને એકની એક આંતરસ્ફુરણા બળજબરીપૂર્વક ડીસીપી જાડેજાને ફોન કરાવે પણ ત્યાંથીય કોઈ ઉપયોગી માહિતી તો ઠીક, આછોપાતળો અણસાર કે દોરદિશાય સાંપડતા નહોતા. છતાં ન જાણે કેમ દાસને ગળે સુધી નહીં, પણ માથામાં રહેલા ગણ્યાગાંઠ્યા વાળની ટોચ સુધી ખાતરી કે જે કંઈ મળશે, જે કંઈ થશે એ જાડેજા મારફતે જ. આજ સુધી એમની ઇનટ્યુશને દગો દીધો નહોતો.

દાસના ટેબલ પરનું ફેક્સ મશીન 'બીપ' બોલ્યું અને એક કાગળ સામે આવ્યો. નેશનલ સિક્યોરિટી ગાર્ડ ટીમ રેડી. સૂચવેલા સ્થળે પહોંચી ગઈ.

અમર્ત્ય દાસે બે આંખ બંધ કરી, પણ 21 કલાકેય ઊંઘ દૂર ભાગતી લાગી. બંધ આંખે એક જૂનું દશ્ય દેખાયું મુંબઈનું... ને એ સહન ન થતું હોય એમ તેમણે આંખ ખોલી નાખી. ઊભા થઈને અડધો ગ્લાસ પાણી પીધું. ફ્રીજમાંથી

સોડાની બૉટલ કાઢી. વૉશરૂમમાં જઈને સોડાથી મોઢું ધોયું. નેપકિનથી એવું મોઢું ઘસ્યું કે જાણે ચામડી ઊતરડી નાખવાની હોય. પછી નેપકિનનો ઘા કરીને ટેબલ પર આવીને લેપટોપ ખોલ્યું. એમના આંગળા કંઈક ટાઇપ કરવા માંડ્યા: તારીખ વગરનું રાજીનામું.

•

ખુશાલી ટાવરની એ વિંગના ડુપ્લેક્સ ફ્લૅટ નં. 304 અને 404માં ભીંત પર લાગેલા મશીનના ઝીણા અવાજ અને ઘડિયાળના કાંટાની ટીક ટીક વચ્ચે ક્યારની સ્પર્ધા ચાલતી હતી. મશીનનું ચોક્કસ મિશન હતું, પણ પછી એનું અસ્તિત્વ ખતમ, પણ ઘડિયાળના કાંટાએ સમયના દૂત તરીકે ક્યારેય રોકાવાનું નહોતું, ક્યાંય અટકવાનું નહોતું. જીત એની જ હતી, નક્કી અને પાક્કી.

આ બધાથી અજાણ ઉપરના માળાની રૂમમાં જાનીકાકા પડખાં ઘસીને થાક્યા. પ્રૉબ્લેમ એ હતો કે આંખ બંધ કરે તો બિહામણો ભૂતકાળ નહોર મારે, ને આંખ ખૂલે તો મગજમાં એટએટલા વિચારો આવે કે ત્રાસી જવાય. વહેતા લોહીની નદી, સતત પડઘાતી ચીસો, આંસુનાં મહાપૂર અને પરવશતાની પરાકાષ્ઠા. જાનીકાકાને પરસેવો વળી ગયો. એકદમ હાંફ ચડી ગઈ. માંડ માંડ મોઢામાંથી નીકળ્યું, "હું... હું માત્ર પ્રેક્ષક, લાચારીથી જોતો રહ્યો... છત્રપતિ શિવાજી મહારાજ ટર્મિનસ પર મારું સર્વસ્વ લૂંટાઈ ગયું. મારી સામેના મહાભારતમાં હું કંઈ જ ન કરી શક્યો... શું અર્થ છે આવા જીવવાનો... પણ આપઘાત કરવાની હિંમત લાવું ક્યાંથી?"

એમની વૃદ્ધ આંખોમાંથી વહેતી આંસુની ધારા ઓશીકાને ભીંજવવા માંડી. દૂર પડેલું નેપકિન ઊંચકવાની તાકાત કે ઇચ્છા નહોતી એમનામાં.

•

ઊંઘ તો તેજસ જોશીનીય વેરણછેરણ થઈ ગઈ. ઘરમાં ભયંકર ટેન્શન અને જોખમ છતાં બે નવી ખુશી મનમાં સમાતી નહોતી. ક્યારેય દિલથી દૂર ન થયેલી પણ રિસાઈ ગયેલી દીકરી પાછી મળી ગઈ. માસ્ટર, કટપીસ અને શાંતિ સામે જે થયું એમાં મોનાને કંઈક સમજાયું. પછી અનન્યાએ ફરી પ્રેમપૂર્વક મોનાને સમજાવ્યું.

"બેટા મોના, અમને ક્યારેય તું દવલી નહોતી લાગી. અમુક પાડોશીઓની કાનભંભેરણીથી તારા બાળમનમાં એક ભ્રમ ઘર કરી ગયો કે પોતાનો દીકરો આવ્યા બાદ તું અમને ખૂંચે છે, પણ એ તું હતી જેણે અમને સૌ પ્રથમ

મમ્મી-પપ્પાના પ્રેમની દુનિયામાં પ્રવેશ કરાવ્યો. એ માટે આજીવન અમે તારા ઓશિંગણ રહીશું. તું પપ્પાની ઇચ્છાનો અનાદર કરે, સામે બોલે અને જેમતેમ વર્તે એનાથી પપ્પાનું કાળજું કંપાતું, પણ રાતે મને સમ આપે કે મારે તો તારી પડખે ને પડખે રહેવાનું કે જેથી તું એકલી પડી ગયાની લાગણી ન અનુભવે. સદ્ભાગ્યે તને એવું લાગ્યું કે હું તને પ્રેમ કરું છું, તારી સાથે છું, પણ તારા પપ્પા જે હિઝરાયા છે, ઉજાગરા અને બ્લડ પ્રેશરનો શિકાર બન્યા એમાંનું કંઈ તને ન કહેવાના સોગંદ આપ્યા."

મોનાને પોતાના કાન પર વિશ્વાસ ન બેઠો. એને જાત પર નફરત થવા લાગી, "મમ્મી, આઈ એમ સૉરી, પણ તેં મારી સાથે સાચી વાત કરી હોત તો કદાચ..."

"તારા પપ્પાએ જ ના પાડી. એવું કરવાથી તું મારા પરનો વિશ્વાસ ગુમાવી દે એવો ડર હતો. એમનો આગ્રહ હતો કે એટલિસ્ટ હું તારી સાથે છું એવું તને લાગવું જોઈએ."

મોનાએ એકદમ તેજસના પગ પકડી લીધા. એ હીબકાં ભરીને રડવા માંડી. તેજસથી આ સહન ન થયું, "મોના, તારું સ્થાન મારા પગમાં નહીં, દિલમાં છે બેટા. મારી પાસે આવ તો જરા..."

મોના જરાય ન હલી એટલે તેજસ ઊભો થયો. પગ ખેંચીને પલંગ પરથી ઊભો થયો અને મોનાની બાજુમાં બેઠો. તેજસને લાગ્યું કે પોતાને ખોવાયેલો અમૂલ્ય ખજાનો મળી ગયો.

દીકરી પાછી મળવા સાથે દીકરો કેટલો બહાદુર છે, મેચ્યોર છે અને મમ્મી-પપ્પાની દરકાર રાખનારો છે એનોય અકસ્માતે આઇડિયા આવી ગયો. તેણે હળવા સ્મિત સાથે અનન્યા સામે જોયું.

બંનેને થયું કે બસ, કલાકો બાદ ત્રણેય ઘૂસણખોરો ઘરમાંથી જાય એટલે નિરાંત, સુખ, શાંતિ અને આનંદ જ આનંદ, પણ એ બંનેને ક્યાં ખબર હતી કે હજી શું થવાનું બાકી હતું?

તેજસ, અનન્યા અને મોના ક્યાંય સુધી વાતો કરતાં રહ્યાં. ખબર નહીં કેમ કોઈને હવે યશની જરાય ફિકર નહોતી, ઊલટાના તેઓ મહત્ત્વની ચર્ચામાં ખૂંપી ગયાં. ભાવિ વ્યૂહરચના ઘડવામાં જોતરાઈ ગયાં.

•

ભીંતમાં લગાડેલા મશીનની લાઇટ ઝબૂકવા સાથે વૉલ ક્લૉકમાં બરાબર સવારના 7.55 કલાકનો સમય થયો. માથા પર સફેદ રૂમાલ ઓઢીને ઊંઘતો કટપીસ ઊભો થયો. બગાસા ખાવા સાથે આળસ મરડીને ઘડિયાળમાં જોયું,

"હાર્ટએટેક આવી જાય એવું ટેન્શન છતાં બધા મસ્ત ઊંઘમાં છે. સાલ્લા કુંભકર્ણના વારસદારો. જોશી ફૅમિલીને ઊંઘ આવવી ન જોઈએ અને મારી ટીમે તો ઊંઘવું જ ન જોઈએ છતાં..."

ઉપરના બેડરૂમનો દરવાજો અંદરથી ખટખટાવવાનો અવાજ સંભળાયો. અંદરથી તેજસનો અવાજ સંભળાયો, "પ્લીઝ, ઓપન ધ ડોર."

કટપીસ ઊભો થયો, "શાંતિએ આ સારું કર્યું. બહારથી દરવાજો જ બંધ." એ જઈને દરવાજો ખોલે પછી ચાલવા માંડે. પાછળ પાછળ તેજસ, અનન્યા અને મોના આવે. કટપીસના ધ્યાન બહાર ત્રણેય એકમેકની સામે જોઈને અંગૂઠો ઊંચો કરે. સામસામે સ્માઇલથી આપ-લે સાથે એવી મક્કમતાથી પગલાં ભર્યાં કે જાણે કોઈ મિશન પર જ જતાં હોય.

અનન્યાની નજર યશને શોધવા લાગી, "યશ, કેમ દેખાતો નથી?"

કટપીસ એની નજીક ગયો, "ગુડ મૉર્નિંગ ઑલ ઑફ યુ. યશની ફિકર ન કરો. એકદમ સલામત છે, મજામાં છે. એની જવાબદારી મેં લીધી હતી કે નહીં?" એણે જઈને બીજા બેડરૂમનો દરવાજો ખટખટાવ્યો. શાંતિ અને માસ્ટર આંખ ચોળતા બહાર આવ્યાં.

અનન્યાને આશ્ચર્ય થયું, "યશ ક્યાં? એ હજી સૂતો છે?"

શાંતિ એકદમ ઉશ્કેરાઈ ગઈ, "એ મધર ઇન્ડિયા. સુબહ સુબહ બકબક શુરુ મત કર. અપુન કભી દશ કે પહલે નહીં જાગતા મગર આજ તો... ચા પીને કે પહલે ના મુઝે બોલના પસંદ હૈ, ના સૂનના. સમજી?"

મોના રોષમાં શાંતિની સામે ધસી ગઈ, "અમારા ફૅમિલી મેમ્બરનો સવાલ છે, સમજી? ફિકર થાય તો બૂમાબૂમ કેમ ન કરીએ?"

કટપીસ તરત મોનાની નજીક ગયો એની સામે સ્માઇલ કર્યું, "મોના પ્લીઝ, શાંત થા. હું સમજું છું તમારી લાગણી. માસ્ટર, યશ શું કરે છે?"

માસ્ટરને કંઈ સૂઝ્યું નહીં એટલે ગપ્પું માર્યું, "એ, એ તો બાથરૂમમાં છે. આવશે હમણાં, પણ મા કસમ, ગજબનાક છોકરો છે. લગભગ આખી રાત જાગ્યો. ટગર ટગર અમારી સામે જોતો રહ્યો. શાંતિ તો ઘોડા વેચીને નસકોરાં બોલાવતી હતી એટલે હું સવારે ચાર વાગ્યા સુધી જાગ્યો. ત્યારબાદ જાણે ક્યારે ઝોકું આવી ગયું, મા કસમ, ઊંઘ આવે છે હજી."

શાંતિએ કંટાળા સાથે જવાબ આપ્યો, "તો બડબડ બંધ કર ઔર અંદર જા કે સો જા. વૈસે ભી કટપીસ કા યે મશીન કા ટીકટીક પૂરા નહીં હોગા તબ તક અપુન કો ટાઇમ પાસ કરના હી પડેગા."

માસ્ટરે સ્ફૂર્તિ માટે બે હાથ જોરથી ઝાટક્યા. અને માથાને ડાબી-જમણી તરફ

વાળ્યું, "નહીં, ટાઇમ પાસ નહીં કરને કા હૈ. મા કસમ, એકદમ એલર્ટ રહેના કા હૈ. અબ લાસ્ટ મિનટ કોઈ પ્રૉબ્લેમ નહીં હોને દેના હૈ."

શાંતિ ખડખડ હસી પડી, "કૌન પ્રૉબ્લેમ કરેગા? જોશી ફેમિલી? સવાલ હી નહીં હૈ મગર કટપીસ અબ ક્યા પ્લાનિંગ હૈ?"

કટપીસે એકદમ ધીરગંભીર ચહેરો બનાવી લીધો, "રોજની જેમ જ. જિંદગી જીવાડે એમ જીવીશું. આપણે વિચારીએ કંઈક, ઇચ્છીએ કંઈક પણ થાય એકદમ. અલગ, અણધાર્યું. ખરેખર આ સસ્પેન્સમાં મજા છે. બરાબર ને?"

શાંતિએ બગાસું ખાધું, "સવારે સૂર્યોદય થાય, એનાં કિરણો અજવાળું ફેલાવે. એમાં આખા દિવસના કેટકેટલાય બનાવો હોય, જેને આપણે જોઈ-સમજી શકતા નથી."

મોના થોડા જોશમાં આવી ગઈ, "યુ આર રાઇટ. પરફેક્ટલી ઑલરાઇટ."

કટપીસે એને સ્માઇલ આપ્યું, "લાઇફમાં એક જ વસ્તુ નિશ્ચિત છે, અનિશ્ચિતતા."

શાંતિ એકદમ હાથ જોડીને કરગરી, "કટપીસ મહારાજ, સબેરે સબેરે મત પકાઓ. થોડી દયા કરો."

કટપીસે હાથ ઊંચા કર્યા, "દયા તો માત્ર મોના કરી શકે."

મોનાએ ડોક કટપીસ તરફ કરી, "હું કંઈ સમજી નહીં?"

કટપીસે બે હાથ જોડ્યા, "મારી ઇચ્છા છે કે સૂર્યનાં કિરણોમાં રહેલી અનિશ્ચિતતાને સરસ નાના કપમાં ભરીને આપી દે."

મોના હસી પડી, "આ તો ગઝલ જેવું છે ને પઝલ જેવુંય છે."

શાંતિ ધબ્બ કરતી સોફામાં પટકાઈ, "નથી ગઝલ, નથી પઝલ. માત્ર સરદર્દ છે આ."

કટપીસે મોના સામે જોયું, "બસ મોના, આ સરદર્દને હટાવવાની દવા આપવાની છે તારે. ઑર્ડર નથી, પણ રિકવેસ્ટ છે કે ચા બનાવીશ અમારા માટે!"

માસ્ટર ખુશ થઈ ગયો, "વાહ, ચાય પી કે મૈં આરામ કરને જાયેગા."

મોનાએ નાટકીય રીતે લાચાર ચહેરો બનાવીને કટપીસ સામે જોયું, "પણ મને ચા બનાવતા નથી આવડતી."

કટપીસ એને પાનો ચડાવ્યો, "ધેટ્સ ગુડ. દિવસની અનિશ્ચિતતામાં ચાના સ્વાદની અનિશ્ચિતતા. એનાથી રૂડું શું?"

તેજસ આગળ આવીને કટપીસ સામે ઊભો રહી ગયો, "મોના ચા નહીં બનાવે. કીધું ને કે એને ચા બનાવતા આવડતું નથી."

શાંતિ ઊછળીને ઊભી થઈને તેજસ સામે જોઈ રહી, "કટપીસના ઑર્ડર બધા માને. અમે પણ ને તમે પણ. નો બકવાસ, સમજે સબ?"

અનન્યાએ શાંતિ સામે જોયું, "અરે, પણ હું ચા બનાવું છું. એકદમ કડક-મીઠી."

કટપીસે બધા સામે જોયું, એ થોડો ટટ્ટાર ઊભો રહ્યો, "ચા મોના જ બનાવશે. એ સરસ બનાવશે. હું પણ એને મદદ કરીશ." પછી એ મોના સામે જુએ, "ઇઝ ધેટ ઓકે?"

મોના ખુશ થઈ ગઈ, "એકદમ સાચું. ઇટ વીલ બી માય પ્લેઝર. લેટ્સ ગો."

અનન્યા અપસેટ થઈને એક ખૂણામાં જઈને ઊભી રહી. તેજસ પાસે જઈને ખભા પર હાથ મૂક્યો અને કાનમાં ધીમા અવાજે બોલ્યો, "આપણા પ્લાન પ્રમાણે મોના આ લોકોની નજીક જઈ રહી છે. હવે આપણે કંઈક કરીએ."

માસ્ટરે બગાસું ખાધું, "મા કસમ, સમજાતું નથી કે બંદી આપણે છીએ કે આ લોકો? આપણા ઑર્ડર માનવા માટે મનાવવા પડે. ચા બનાવતા શીખવવી પડે અને હેલ્પ કરવી પડે. ખેર, બહાર શું ચાલી રહ્યું છે એ તો જાણીએ. કોઈ ટીવી ઑન કરશે, પ્લીઝ."

શાંતિએ સૂચન કર્યું, "કોઈ મસાલા ફિલ્મ લગા દો. તીન ઘંટા મસ્તી, મજા..."

માસ્ટરે એને રોક્યો, "પહલે ન્યૂઝ લગાઓ." તેજસે ન્યૂઝ ચૅનલ મૂકી. ન્યૂઝ રીડર યુવતીએ સ્માઇલ સાથે શરૂ કરે, "ગુડ મૉર્નિંગ. પાકિસ્તાની આતંકી મોહમ્મદ અજમલ કસબ સે મિલી સનસનીખેજ જાનકારી... ઉપરાષ્ટ્રપતિ બખ્તાવરજી મુંબઈ મેં અપની હી સ્કૂલ મેં મુખ્ય અતિથિ બનેંગે... કેપ્ટન મહેન્દ્રસિંહ ધોની કે ફિલ્મ મેં હીરો બનને કી ચર્ચા... મુંબઈ મેં કભી ભી બારીશ ગીરને કી સંભાવના..."

તેજસના હાથમાંથી રિમોટ લઈને શાંતિએ ટીવી ઑફ કરી દીધું, "કૌન સી નયી બાત હૈ ન્યૂઝ મેં?"

માસ્ટરે પહેલા શાંતિ સામે જોયું અને પછી તેજસ સામે, "તને આવતી કાલના સમાચાર આજે સંભળાવું... નમસ્કાર. આજ મુંબઈ કે બાંદ્રા એરિયા કી બૅન્ક મેં સનસનીખેજ લૂંટ... સિક્યોરિટી ગાર્ડ બાહર બૈઠે રહે ઔર બૅન્ક કે એમ.ડી. કે ઘર સે હી બૅન્ક મેં લૂંટ..."

શાંતિ એમાં ઉમેરો કરે, "પુલીસ કો શક હૈ કિ એમ.ડી. ખુદ લૂંટ કી સાજિશ કા હિસ્સા હૈ... યા સિર્ફ ચશ્મદીદ ગવાહ હૈ."

અનન્યાએ ચીસ પાડી, "શટઅપ. આવું કોઈ ન વિચારે. સૌને તેજસ જોશીની વફાદારીમાં વિશ્વાસ છે."

માસ્ટરે અનન્યાને પૂછ્યું, "તમને ખબર નથી કે વિશ્વાસ બહુ તકલાદી બાબત છે? આજે આ બૅન્કમાં પડેલા કરોડો રૂપિયાને લીધે તેજસમાં વિશ્વાસ છે. કાલે એ રૂપિયા અમારી પાસે આવી જશે એટલે તેજસ બની શકે ક્રિમિનલ, વિટનેસ

કે... મીડિયા તો એને માસ્ટરમાઇન્ડ પણ ચીતરી શકે છે."

અનન્યા એકદમ ઊભી થઈને તેજસ પાસે પહોંચી ગઈ, "તમારા કટપીસે હમણાં કહ્યું એ ભૂલી ગયા. સૂરજના અજવાળા સાથે ઘણી અનિશ્ચિતતા આવે છે, જેની કોઈને ખબર નથી હોતી. માણસ ધારે કંઈ અને થાય સાવ અલગ જ."

રસોડામાંથી ચાની ટ્રેનની સાથે એકલા બહાર આવતા કટપીસે બધાને કહ્યું છે, "ખરેખર, અણધાર્યું જ બન્યું. રસોડામાં. કલ્પના ન થઈ શકે એવું હોં."

૯

કટપીસની બહાર આવ્યાની બે પળ બાદ મોના રસોડામાંથી બહાર આવી. એના હાથની ટ્રેમાં બિસ્કિટનાં પૅકેટ્સ હતા. કટપીસ હળવે પગલે તેજસ અને અનન્યાની સામે જઈને ઊભો રહ્યો. "કૉંગ્રેચ્યુલેશન મિસ્ટર ઍન્ડ મિસિસ જોશી. તમારી દીકરી ખૂબ સ્માર્ટ, ઇન્ટેલિજન્ટ અને સમજદાર છે. યુ શુડ બી પ્રાઉડ ઑફ હર. એના દેખાવ, ઉંમર અને વાતો પરથી મેં આવું ધાર્યું નહોતું."

અનન્યાએ તરત માસ્ટર અને શાંતિ સામે જોયું, "અણધાર્યું બન્યું રસોડામાં. ઘણું ધારણા બહારનું કરી બતાવવાનો કસબ છે મારી દીકરીમાં."

કટપીસે ચાનો પહેલો કપ તેજસને અને બીજો અનન્યાને આપ્યો, "હવે એ માત્ર તમારી દીકરી નથી, મારી ફ્રેન્ડ પણ છે."

તેજસને આશ્ચર્ય થયું, "ફ્રેન્ડ?"

"યસ, ફ્રેન્ડશિપ વીથ એક્સપાયરિડેટ. સાંજ સુધીની દોસ્ત. પછી..."

અનન્યા હસી પડી, "અજાણ્યા અતિથિ સાથે દોસ્તી. નોટ અ બેડ આઇડિયા. હું પણ ટ્રાય કરું." અનન્યાએ બીજા હાથમાં એક કપ લઈને માસ્ટરને આપ્યો, "મુઝસે દોસ્તી કરોગે?"

માસ્ટર હસી પડ્યો, "મા કસમ, લંબે અરસે કે બાદ કિસી લેડીઝને ઐસા પૂછા. દોસ્તીની ખબર નથી, ચાલો વાતચીત તો કરીએ."

રૂમમાં ચારે ખૂણે અજંપાભરી અને કૃત્રિમ શાંતિનું આધિપત્ય છવાતું ગયું. અનન્યા અને માસ્ટર એક ખૂણામાં ચાના કપ લઈને ઊભા રહ્યાં. તેજસે એક કપ શાંતિને આપ્યો અને એની બાજુમાં સોફા પર બેસી ગયો.

શાંતિ મૂંઝાયેલી હતી, પણ એ તેજસ સામે જોઈ રહી. કપ થોડો ઊંચો કર્યો, "ચિયર્સ."

સામે અનન્યાને માસ્ટર સાથે વાતચીત કરતી જોઈને તેજસને આનંદ થયો. અનન્યાએ માસ્ટર સામે જોયું, "સૉરી, કાલ રાતના મોનાના વર્તન માટે. પહેલા તમને ચાનો કપ આપવો જોઈએ. એનામાં ઇમમેચ્યોરિટી છે."

"એનો ગુસ્સો સમજી શકાય છે. અમે અતિથિ ખરા, પણ વણનોતર્યા અને પાછા જોખમી. મા કસમ, આ સંજોગોમાં કોઈના પણ રિએક્શન આવા જ હોત."

"છતાં ખોટી મુસીબતનો શો અર્થ? હું સમજું છું કે આ મિશનમાં સૌથી મોટો રોલ તમારો છે. શાંતિ તો છોકરીની જાત, ને કટપીસ? વહાલો લાગે એવો છે, પણ આવા જોખમી કામમાં એ શું કરી શકે?"

"અરે, આ કામ જ એના થકી આવ્યું છે. એ બૉસ છે, કમાન્ડરનો માણસ છે, એકદમ વિશ્વાસુ, પણ મારો આ લાસ્ટ જોબ છે. પછી નિરાંતે જીવન જીવવું છે."

"સાચું કહું તો ભવિષ્યમાં ફરી ક્યાંક મળી જઈશું તો મને ગમશે."

"સચમુચ? મા કસમ, તમે મજાક કરો છો. મારા જેવાને મળવાનું કોઈ લેડીઝને શું માટે ગમે?"

અનન્યા ચહેરા પર એકદમ અનુકંપાના ભાવ લાવી, "વ્હાય નોટ? તમે સંજોગોના શિકાર બન્યા છો. તેજસે રાતે તમારી બધી વાત કરી. સાચું કહું તો મને તમારી કવિતા ખૂબ ગમી. કૉલેજમાં મનોમન ઝંખતી હતી કે કોઈ મારા પર કવિતા લખે. કવિતા લખનારી વ્યક્તિને સામસામે મળવાનું હોય તેવા તમે પહેલા છો."

"મા કસમ, તમે મારા ટાંટિયા ખેંચો છો હોં."

"ના, એકદમ સાચું કહું છું. તમે નિરાંતનું જીવન જીવતા હશો ત્યારે મળવાનું થશે તો કવિ મહાશયના ઑટોગ્રાફ અવશ્ય લઈશ. આપશો ને?"

"પ્લીઝ, તમે આવું ન બોલો, મને શરમ આવે છે. તમારું ફૅમિલી ખૂબ સારું છે. પ્રેમાળ છે. હું કોઈને કંઈ નહીં થવા દઉં... કમનસીબે કમાન્ડરે અને કટપીસે આ જ ઘરની પસંદગી કરી, સૉરી."

"અરે, આ ઘરની પસંદગી વગર તમે અહીં આવ્યા ન હોત અને તો આપણે કેવી રીતે મળ્યા હોત?"

"થૅન્ક્યુ, આ તમારા સંસ્કાર બોલે છે. જુઓ તેજસ જોશી પણ શાંતિ જેવી ગુંડી સાથે નિરાંતે વાતો કરે છે."

શાંતિએ ઘરમાં આસપાસ, ઉપર-નીચે જોયું, "આ ઘરની પસંદગી તમે કરી?"

તેજસને સવાલથી આશ્ચર્ય થયું, પણ વ્યક્ત ન કર્યું, "હા, લોકેશન, મકાન, ફ્લોર અને ફ્લૅટ નંબર મારી પસંદગીના. ઇન્ટિરિયરની માથાકૂટ અનન્યાએ કરી. મને એ બધા માટે ટાઇમ જ ન મળે."

"વાહ, એક મર્દ માણસ બિઝી હોય એ કેટલી રોમૅન્ટિક વાત છે..."

તેજસને અચકાટ થયો, "રોમૅન્ટિક?"

"હા, મારા માટે તો ખરું જ. ગળાડૂબ વ્યસ્તતા વચ્ચે પ્રેમ માટે, કિસ માટે કે આંખ મીંચકારવા સમય ચોરી લેવો પડે. મારે તો માત્ર આવી કલ્પનાથી જ સંતોષ માનવો પડે."

"કેમ માત્ર કલ્પના? એમાં શું અશક્ય છે?"

"મીઠી નદીને ખારા રણની તરસ ન સમજાય. મારો બાપ જિંદગીભર બેકાર રહ્યો. ઘરમાં બેઠો બેઠો દારૂ ઢીંચતો..."

"માત્ર દારૂ જ પીવાનો? બીજું કંઈ ન કરે?"

"કરે ને? વારે વારે માને જંગલીની જેમ ઝૂડી નાખે. અમારા પર છુટ્ટા વાસણ ફેંકે. સાલો મર્યો ત્યારેય ભરપૂર નશામાં હતો."

"એટલે?"

"નશામાં પડ્યો હતો ત્યારે કોઈકે મારી નાખ્યો."

"એટલે માએ તને મોટી કરી એમ ને?"

"ના, ના, મારી મા તો બાપને મારીને ભાગી ગઈ."

"ખરેખર, માએ મારી નાખ્યો પિતાને?"

શાંતિ એકદમ કડવાશ અને રોષમાં આવી ગઈ, "સારું કર્યું. એને જ લાયક હતો. પોતે અત્યાચારથી છૂટી. હું પણ ફ્રી થઈ ગઈ. ન એ બધું જોવાનું, ન કોઈ માટે રોવાનું."

"તો ઉછેર કોણે કર્યો?"

"ઉછેર? એ શું હોય? એક દૂરનો મામો હતો, કંસથીય બદતર, પણ જવા દો એ બધી પંચાત."

"હવે સમજાય છે કે આ બે તદ્દન ક્રૂર અને ઘાતકી માણસો વચ્ચે તું કઈ રીતે ટકી શકી છો. આકરા અનુભવ કામમાં આવે છે."

"અનુભવ? અત્યાચાર અને યાતનાને અનુભવ ન કહેવાય. લાચારી હતી મારી. આ બધાએ મારી અંદરની ઔરતને પીંખી નાખી... ઇધર જો દિલ થા ન સાલા, એકદમ પથ્થર હો ગયા."

"કાયમ એવું નહીં રહે. સમય અને સંજોગો સુધરશે એટલે હૃદયમાં ફરી લાગણીની સરવાણી ફૂટશે... તનેય કોઈ દિલદાર સાથી મળશે. ફરી દિલ ધડકવા માંડશે."

"ખરેખર એવું બને? માની નથી શકતી. તમે સાચું કહો છો?"

"હા, તારા સમ."

“ક…ક્યા બોલે આપ? કમાલ કર ડાલા. આજ સુધી બધા મર્દોએ મારવાની જ વાતો કરી. બધાની નજર આંખથી હોઠ અને હોઠથી… વાસનાથી ખદબદતી હોય. તમે કંઈક જુદો અહેસાસ કરાવ્યો. હવે ઈશ્વર પાસે કંઈક માગવાનું મન થાય છે.”

“વાંધો ન હોય તો હું જાણી શકું?”

“એ જ કે ભગવાન તમારી આશાને સાચી પાડે. તમે ભલા માણસ છો. કદાચ તમારી વાત ન ઠુકરાવે. પેલું ફિલમમાં હોય એવું સપનું દેખાય છે. એક સજ્જન સાથે હું હોટેલમાં ડિનર કરું છું. એ મને પ્રેમથી જમાડે. પછી અમે દરિયાકિનારે ફરતા હોઈએ. મારા વાળની લટ ઊડવા માંડે અને એ મારો હાથ ધીમેથી પકડી લે…”

શાંતિએ એકદમ પોતાના બંને હાથ ગાલ પર મૂક્યા, “આવી કલ્પનાય કેટલી મીઠી લાગે છે. થૅન્ક્યુ, આ અહેસાસ કરાવવા બદલ. કાશ, હું તમારા માટે કંઈક કરી શકી હોત.”

“હજી કરી શકે એમ છે!”

“બોલો શું?”

“તમારા મિશનમાં અમારા ઘરના કોઈ મેમ્બરને નુકસાન નહીં પહોંચાડે એવું પ્રોમિસ આપી શકે છે?”

શાંતિએ તરત તેજસનો હાથ પકડીને હસ્તધૂનન કર્યું, “પ્રોમિસ. હવે જરાય નુકસાન નહીં પહોંચાડું કોઈને. અને એક વાત કરું? પેલી મોનાને તમે જે પ્રેમ કરો છો ને એ બેમિસાલ છે. સગા બાપથીય વધુ પ્રેમ.”

“પ્રેમ એટલે પ્રેમ. એમાં સગા શું ને પારકા શું? હું તો મોનાનો આભારી છું કે દીકરી બનીને આવી મારા જીવનમાં, આઇ એમ લકી.”

બંનેએ મોના અને કટપીસ તરફ જોયું. વારાફરતી પપ્પા અને મમ્મી સામે જોઈને મોના બોલી, “હું લકી છું કે મને આવાં મમ્મી-પપ્પા મળ્યાં. અનાથાશ્રમમાંથી લાવીને હથેળીમાં ફૂલની જેમ સાચવે… છલોછલ પ્રેમની હું એકલી હકદાર, એક વારસદાર. યશ આવ્યો એટલે વાંકદેખા પાડોશીઓએ મારી કાનભંભેરણી શરૂ કરી કે હવે તને કાઢી મૂકશે, ફરી અનાથાશ્રમમાં જવું પડશે કાં ભીખ માગવી પડશે. ગુંડાઓ મારી પાસે ન કરાવવાનાં કામ કરાવશે. હું ભોળવાઈ ગઈ. ખોટી વાતોમાં આવી ગઈ. મને પપ્પાનો ડર લાગવા માંડ્યો. નફરત થવા લાગી અને મેં ઘર છોડી દીધું. હોસ્ટેલનો, ભણવાનો ખર્ચો એ લોકો આપે, પણ મેં એમની જરાય પરવા ન કરી. મમ્મી સાથે થોડીઘણી વાતો કરી, પણ પપ્પાની રીતસરની અવગણના કરવા માંડી. જેમતેમ સંભળાવવા માંડી. એ મારા પ્રેમ માટે હિઝરાતા હતા અને હું…”

કટપીસ એકદમ સહાનુભૂતિ સાથે બોલ્યો, "હું સમજી શકું છું. હું અબ્બા માટે ખૂબ તરફડ્યો છું. એ માણસ પોતાના મિશન માટે ફાંસીને ફંદે લટકી ગયો. મને ભયંકર રોષ છે, ગુસ્સો છે એમનો જીવ લેનારાઓ માટે."

"ઓહ, આઇ એમ સૉરી. શું થયું હતું?"

"પછી ક્યારેક કહીશ, પણ પ્રોમિસ આપું છું કે જ્યાં હોઈશ ત્યાંથી દર ફ્રેન્ડશિપ ડે એ તને ફોન કરીશ. કરું ને ફોન?"

"અટેન્શન એવરી વન." ફ્લૅટની અંદરના ફ્લોર પરથી અવાજ આવ્યો. આ બોલનારા યશના ચહેરા પર ગુસ્સો અને હાથમાં રિવૉલ્વર છે. તેજસ અને અનન્યા સગી આંખ પર વિશ્વાસ જ કરી ન શક્યાં. મોના બે ડગલાં આગળ વધી. કટપીસ અને શાંતિએ તરત માસ્ટર સામે જોયું. માસ્ટરની નજર નીચી થઈ ગઈ. યશના હાથમાં માસ્ટરની રિવૉલ્વર હતી.

કટપીસ ઉતાવળે પગલે આગળ વધ્યો, "યશ, મને આપી દે. ઇટ ઇઝ ડેન્જરસ. તું બાળક છો હજી."

"શટઅપ, હેન્ડઝ અપ. એવરી વન હેન્ડઝ અપ."

કટપીસ સાથે માસ્ટર અને શાંતિએ હાથ ઉપર કર્યો. માસ્ટર ખુન્નસથી યશ સામે જોઈ રહ્યો, "આખી રાત મને ઉજાગરો કરાવ્યો. ઝોકું આવતા પહેલાં તકિયા નીચે મૂકી અને આ શૈતાન... મા કસમ, રિવૉલ્વર વાપસ કર વર્ના અંજામ અચ્છા નહીં હોગા."

યશના ચહેરા પર ગભરાટ સાથે વિજયી સ્મિતના વિરોધાભાસી ભાવ આવ્યા, "તું પોતાના અંજામનો વિચાર કર." તેજસ એકદમ યશ પાસે પહોંચી ગયો, "બેટા, શાબાશ... રિવૉલ્વર મને આપી દે."

યશે તરત રિવૉલ્વર તેજસને આપી દીધી. કટપીસ હાથ નીચા લાવ્યો, "થેન્ક ગૉડ. બચ્ચાને સમજ ન પડે. મિસ્ટર જોશી રિવૉલ્વર આપી દો. આ તમારું કામ નથી."

તેજસ મક્કમપણે દાદરો ઊતર્યો, "શટઅપ. હાથ ઉપર કર. તમારે કંઈ સામાન લેવા હોય તો ફટાફટ લઈ લો. માત્ર થોડી મિનિટનો સમય છે. પછી હું નહીં બોલું. આ રિવૉલ્વર બોલશે."

તેજસ અને યશ હળવે પગલે નીચે ઊતર્યા. અનન્યા અને મોના એમની પાસે જઈને ઊભા રહી ગયા. કોઈ કંઈ બોલ્યું નહીં કે સામાન પણ લેવા પણ ગયું નહીં..

તેજસ થોડા જોશમાં આવી ગયો, "તમારે ચૂપચાપ રવાના ન થવું હોય તો એક સારો ઑપ્શન છે, પોલીસને બોલાવવાનો."

માસ્ટર એક ડગલું આગળ વધ્યો, "મને આ બંનેમાં રસ ન હોય તો?"

તેજસે એની સામે રિવૉલ્વર તાકી, "કલાકો એટલો બધો ત્રાસ સહન કર્યો છે કે રિવૉલ્વરનું ટ્રીગર દબાવતા જરાય અચકાટ નહીં થાય."

મોના બે ડગલા આગળ આવી, "યસ ગેટઆઉટ. ઑલ ઑફ યુ. રાઇટ નાઉ."

માસ્ટર ઓર એક ડગલું આગળ વધ્યો, "અરે એમ કરોડો રૂપિયા છોડીને જવાનું સાવ આસાન નથી. જરા તો સમજો."

તેજસના ચહેરાની નસો ખેંચાઈ, "સમજતો નથી તું. લાસ્ટર વૉર્નિંગ, ગેટ આઉટ ઓર..."

માસ્ટર ઓર એક ડગલું આગળ વધ્યો. કટપીસનો હાથ વાયોલિન પર મજબૂત થયો.

માસ્ટરે તેજસની આંખમાં આંખ નાખી, "લાસ્ટ વૉર્નિંગ, પણ શા માટે? ચલાવો... રિવૉલ્વર ચલાવવી જ છે તો પૂરા કરો અરમાન..." માસ્ટરે રિવૉલ્વરનું ટ્રીગર પોતાની છાતી પર મુકાવ્યું. એ વધુ એક ડગલું આગળ વધ્યો. તેજસે ટ્રીગર દબાવ્યું, પણ ગોળી છૂટવાને બદલે માત્ર ક્લિકનો અવાજ થયો. તેજસ ધડાધડ ટ્રીગર દબાવે, પણ ક્લિક-ક્લિકથી વધુ કંઈ જ ન થયું.

માસ્ટર ખડખડાટ હસી પડ્યો, "મા કસમ, તમારો ટાઇમ અને અમારો મૂડ બગાડ્યો. એ રિવૉલ્વર ખાલી છે. જુઓ, ગોળી આ રહી." એણે ગજવામાંથી ગોળીઓ કાઢીને હથેળીમાં ધીમે ધીમે ઉછાળી, રમાડી.

તેજસની નજર અનન્યા, મોના અને યશ ભણી ગઈ. માસ્ટરે ચીલઝડપ મારીને તેજસના હાથમાંથી રિવૉલ્વર આંચકી લીધી. એ રિવૉલ્વરમાં ગોળી ભરવા માંડ્યો, "હવે આ રિવૉલ્વર ચાલે છે એ સાબિત કરવા એક-બે લાશ પાડવી પડશે. બોલો, પહેલો નંબર કોનો?"

તેજસે બેઉ હાથ જોડ્યા, "સૉરી, ભૂલ થઈ ગઈ. હવે કોઈ અવરોધ ઊભું નહીં કરે કે એક હરફ સુધ્ધાં નહીં ઉચ્ચારે."

"નો, નોટ એટ ઑલ. મા કસમ, વી આર સૉરી કે તમારા બધા પર વિશ્વાસ કર્યો. પ્રેમથી વાતો કરી. હવે એ બધું બંધ. કટપીસ કેટલો સમય છે આપણી પાસે હજી?"

કટપીસ વૉલ ક્લૉક સામે જોયું અને ભીંતને કોતરતા મશીન સામે જોયું, "વધુમાં વધુ બે કલાક."

માસ્ટર સોફા પર બેસી ગયો, "મા કસમ, ઊંઘ તો ઊડી ગઈ. હવે ભૂખ લાગી. અનન્યા અને મોના જાઓ નાસ્તો બનાવો. જે બને એ ટેસ્ટમાં બેસ્ટ

નહીં હોય તો તમે ગોળી ખાશો અને અમે બહાર નીકળ્યા બાદ સારો નાસ્તો કરી જ લઈશું."

મોના ક્રોધથી લાલચોળ થઈ ગઈ, "એય તમીઝથી વાત કર. અમે તારા નોકર નથી."

કટપીસ એકદમ આગળ આવ્યો, "નોકર...નોકર? તમારો એસ.આર.કે. ક્યાં છે?"

માસ્ટરે એની વાતમાં સૂર પુરાવ્યો, "હજી ઊંઘે છે?"

શાંતિ હાથ ઊંચા કરે, "દેખાયો નથી ક્યારનો." એ જોશી ફૅમિલી પાસે ગઈ, "ભગાડી દીધો એને? શું પોલીસ પાસે મોકલ્યો છે?"

તેજસ વ્યથિત થઈ ગયો. અનન્યાએ એનો હાથ પકડીને મોના સામે જોયું, "કમાલ કરો છો? ઘર પર તમારો કબજો હોય તો અમે કેવી રીતે ભગાડીએ? મેઇન ડોર અંદરથી બંધ. આખી રાત તમારો ચોકીપહેરો હતો જ ને? અમારી રૂમના દરવાજાય બહારથી બંધ કર્યા હતા ને?

માસ્ટરે ગુસ્સામાં અહીંથી ત્યાં આંટાફેરા કર્યા, "દરવાજા છે, બાલ્કની છે, ગમે ત્યાંથી ભગાડ્યો હોય. તમારા લોકો પર વિશ્વાસ ન કરાય. વિશ્વાસઘાતીઓ છો પૂરેપૂરા."

મોના એકદમ માસ્ટર સામે જોઈ રહી. પછી તાળીઓ પાડવા માંડી, "અમારા ઘરમાં ઘૂસીને બંદૂકની અણીએ બંધક બનાવી દો છતાં અમારા પાસેથી વિશ્વાસની અપેક્ષા. અમારા માટે આ એક-એક શ્વાસની લડાઈ છે, સમજ્યો?"

શાંતિ એકદમ મોના તરફ ધસી ગઈ, "ભાષણ બંધ કરે છે કે દઉં એક ચમાટ?"

કટપીસ બંનેની વચ્ચે આવી ગયો, "સબૂર. છેલ્લે એસ.આર.કે.ને કોણે જોયો?"

માસ્ટર આગળ આવ્યો, "એસ.આર.કે. અહીં જ હતો, શાંતિ સાથે."

કટપીસે વાતને આગળ વધારી, "અને શાંતિ પછી હું આવ્યો ત્યારે એસ.આર. કે. દેખાયો નહીં. મને થયું કે ઊંઘી ગયો હશે. તમે રૂમમાં જોયું? કિચનમાં જોઈ આવો."

શાંતિએ ડોકું ધુણાવ્યું, "મેં જોયું. ક્યાંય નથી હરામી."

એ સમયે લૅન્ડલાઇનની રિંગ વાગી. બધા ફોન સામે જોઈ રહ્યા. કટપીસે સૌને ધરપત આપી, "ડોન્ટ વરી, હવે આ લોકો પર વિશ્વાસ ન થાય. હું વાત કરીશ." તેણે ધીમેથી ફોન ઉપાડ્યો, "હલ્લો... ગુડ મૉર્નિંગ...યસ ડિયર હી ઇઝ હિયર..." ફોન યશને બોલ્યો, "લે તારી હિરોઇનનો ફોન છે. તેજસ્વિની સાથે વાત કર."

યશ પોતાની જગ્યાએથી હલ્યો નહીં, "એને કહી દો કે રિહર્સલમાં નથી આવવાનો."

કટપીસે જઈને યશના માથા પર હાથ ફેરવ્યો, "એવું તે કંઈ ચાલે? ફંક્શન નજીક છે ને? જો અમે લગભગ કલાકમાં નીકળી જઈશું. શો મસ્ટ ગો ઑન. પછી રિહર્સલ થાય જ ને?"

યશ ટસનો મસ ન થ્યો, "મારે નથી કરવા રિહર્સલ. ડેડી તમે એને સમજાવી દો. કહી દો કે આઇ એમ નોટ વેલ."

કટપીસે ફોન મૂકી દીધો, "તેજસ્વિનીએ જ સજેસ્ટ કર્યું કે એ અહીં આવીને રિહર્સલ કરશે. બે કલાક પછી આવશે."

તેજસ, અનન્યા, મોના અને યશને તેજસ્વિનીનું અહીં આવવાનું ન ગમ્યું. કટપીસે જમણા હાથની તર્જની કપાળ પર મૂકી. અચાનક માસ્ટરના હાથમાંથી રિવૉલ્વર લઈને શાંતિ પાસે ગયો, "જો, છેલ્લે એસ.આર.કે. તારી પાસે હતો. સાચું બોલ, એ ક્યાં છે? તેં ગદ્દારી તો નથી કરી ને?"

યશે ગાદલા-ગોદડાના કબાટ સામે જોયું, "એની પીગી બૅન્ક ચેક કરો. એ ન મળે તો નક્કી એ ભાગી ગયો. એવું હોય તો સારું. છૂટ્યો આ બધામાંથી..."

આ શક્યતામાં અનન્યા, તેજસ અને મોનાને આશાનું કિરણ દેખાયું. અનન્યાએ કબાટનો દરવાજો ખોલ્યો કે તરત જ એસ.આર.કે.ની લાશ બહાર પડી. અનન્યા બે ડગલાં પાછળ હટી ગઈ. એની મોઢામાંથી હળવી ચીસ નીકળી ગઈ. તેજસ, મોના અને યશ દોડી આવ્યાં. તેજસે ઘૂસણખોરો સામે જોયું, "આ તમે લોકોએ શું કર્યું? એ નિર્દોષે શું બગાડ્યું હતું?"

માસ્ટરે એકદમ માથું પકડી લીધું, "તું મેલોડ્રામા બંધ કર. આને માર્યો કોણે? ને ક્યારે? શા માટે?"

કટપીસે રિવૉલ્વર શાંતિના માથા પર મૂકી, "આના સાચા જવાબ શાંતિ કહેશે. નહીંતર આપણે લૂંટના બે જ ભાગ કરવાના આવશે. આ કમાન્ડરનો સ્પષ્ટ આદેશ છે કે કોઈ ભૂલ કરે કે ગદ્દારી તો એને ખતમ કરી નાખવાના, પૂછ્યા કે વિચાર્યા વગર."

શાંતિએ એકદમ હાથ જોડ્યા, "સાચું કહું છું મેં કંઈ કર્યું નથી."

કટપીસે માસ્ટર સામે જોયું. નકામી ગોળી બગાડવાને બદલે તું આનું ગળું દબાવી દે. પહેલા મોઢામાં કપડાનો ડૂચો ભરી દે. "શાંતિ, આઈ વિશ યુ પીસફુલ ડેથ."

માસ્ટર દાંત ભીંસતો ધીમે પગલે શાંતિ તરફ આગળ વધ્યો. માસ્ટરનો હાથ ગળા સુધી પહોંચે એ સાથે જ શાંતિ પાછળ હટી ગઈ. એકદમ પરસેવે રેબઝેબ

થઈને એ બેસી ગઈ, "સબૂર... પ્લીઝ, એક મિનિટ. કહું છું, બધું કહું છું. એ સાલ્લો અચાનક દોડીને ભાગવા માંડ્યો. દરવાજો ખોલીને બહાર જવા માગતો હતો. એનો હાથ ઉપરની સ્ટૉપર પર પહોંચી ગયો હતો. મેં આવેશમાં એના ગળા પર એક ચોંપ મારી. એ પડી ગયો અને પાછો ઊભો થવા ગયો તો મેં ગળા પર લાત મારી. એ ત્યાં ને ત્યાં લુડકી ગયો. આપણે થોડા જ કલાકો કાઢવાના હતા એટલે ખોટી બબાલ ન થાય એવા ઇરાદે મેં લાશ કબાટમાં મૂકી દીધી. મેં આપણા મિશન માટે, આપણી સલામતી માટે આ કર્યું, મારે કરવું પડ્યું."

તેજસ, અનન્યા, મોના અને યશની આંખો ભીની થઈ ગઈ. રોષ વધવા માંડ્યો. એમનું ચાલે તો શાંતિને ત્યાં ને ત્યાં જીવતી દફનાવી દે. તેજસને ચક્કર આવતાં હોય એમ એ લથડતો લથડતો કોતરેલી ટિપૉય પાસે બેસી ગયો.

માસ્ટર અને કટપીસ અવઢવમાં પડી ગયા કે અણધારી આફતનો નિકાલ કેવી રીતે કરવો? આ મૃત માણસ નહોતો, જીવતો બૉમ્બ હતો. અચાનક અનન્યાએ ચીસ પાડી, "ખતમ. હવે તમે બધા માર્યા ગયા સમજો. આ નિર્દોષનું કમોત તમને કૂતરાના મોતે મારશે એ નક્કી."

10

માસ્ટર ભયંકરપણે અપસેટ થઈ ગયો, તો શાંતિ ટેન્શનમાં આવી ગઈ. કટપીસ પ્રમાણમાં ઘણો સ્વસ્થ દેખાયો. માસ્ટરે હળવેકથી ગાદલા-ગોદડાનો કબાટ બંધ કર્યો.

તેજસે ગુસ્સામાં ત્રણેય સામે જોયું, "યુ કિલર્સ... તમે કોઈને નુકસાન નહોતા પહોંચાડવાના ને? તો સાવ ભોળા અને નિર્દોષ છોકરાનો જીવ કેમ લઈ લીધો? એ તમને શું નડવાનો હતો?"

મોના મમ્મી પાસે બેસી ગઈ. રોષમાં ત્રણેય મવાલી સામે જોયું, "નાઉ વી ડોન્ટ ટ્રસ્ટ યુ એની મોર."

અનન્યાએ કબાટ પાસે નીચે પડેલો એસ.આર.કે.નો ગલ્લો ઉપાડીને છાતીસરસો ચાંપ્યો. પછી એ ઊભી થઈને કટપીસ અને માસ્ટરની વચ્ચે જઈને બંનેના કાન પાસે ગલ્લો હલાવીને ચિલ્લરનો અવાજ સંભળાવ્યો.

"આ ચિલ્લર નથી. અમારા માટેનો એનો અણમોલ પ્રેમ છે. એ જિંદગીભર અમારા માટે દુઆ કરતો રહ્યો. અંતે મરીનેય વફાદારી સાબિત કરી. આ ગલ્લો મારા એસ.આર.કે.નો છે. એમાં એની જિંદગીભરની મૂડી છે, બચત છે, અધૂરાં સપનાં અને ઇચ્છા છે. પોતાના માટે ખર્ચ કરવાને બદલે પૈસા બચાવતો રહ્યો. એ કહેતો કે યશભાઈ ફૉરેન ભણવા જાય તો મારે કંઈક આપવું પડે કે નહીં? અને મોનાબહેનનાં લગ્નમાં ખાલી હાથે આશીર્વાદ થોડા અપાય? સાવ પાગલ હતો... એકદમ ભોળો... એ શહીદનો આત્મા તમારું ધનોતપનોત ન કાઢી નાખે તો કહેજો મને. હવે તમારે પોતાના જીવ બચાવવાના છે. તાકાત હોય તો હવે જીતી બતાવો, જીવી બતાવો."

અનન્યા હીબકાં ભરીભરીને રડવા માંડી. તેજસે પ્રેમથી એના ખભે હાથ

મૂક્યો, "પ્લીઝ, અનન્યા શાંત થા. પોતાની મૅડમ રડે એ એસ.આર.કે.થી નહીં જોવાય."

તેજસ માસ્ટર પાસે ગયો, "પહેલા અમારું એકમાત્ર ધ્યેય હતું જીવતા રહેવાનું. હવે એ બદલાઈ ગયું. હવે અમે જીતવા માગીએ છીએ. એક વાત લખી રાખજો કે જીવીએ કે મરીએ, પણ જીતીશું જરૂર. ઇટ ઇઝ અ ચેલેન્જ."

અનન્યાએ એસ.આર.કે.ના ચહેરા પર પ્રેમથી હાથ ફેરવ્યો, "નોકર નહોતો એ, અમારો ફૅમિલી મેમ્બર હતો, છે, ને કાયમ રહેશે." યશ આવીને મમ્મીને પાછળથી વળગીને રડી પડ્યો, "મારી સામે બડાશ મારે કે મમ્મી માટે તો હું કંઈ પણ કરી છૂટું હો. એકવાર કહે કે મૅડમ પર તારા કરતા મારો હક વધુ છે હોં. હું ઉશ્કેરાઈ ગયો તો મને સમજાવ્યું કે જો તારી તો માત્ર મમ્મી છે, મારી તો મમ્મી ઉપરાંત પપ્પા, બહેન, દાદીમા છે... દેવી છે મારા માટે."

"હા, જો ને કેવું સાબિત કરી આપ્યું કે એ ખરેખર કંઈ પણ કરી શકે. પુરાવાની જરૂર જ ક્યાં હતી આપણા એસ.આર.કે.ને?"

કટપીસ હળવે પગલે અનન્યાની પાસે ગયો, "જે થયું એ ખૂબ ખોટું અને ખરાબ થયું. અમે દિલગીર છીએ, પણ..."

અનન્યા પાછળ જઈને વિફરી, "શું પણ? પહેલા લૂંટારા લાગતા હતા. હવે હત્યારા પણ છો. અમારો વિચાર કર્યા વગર જે કરવું હોય એ કરો ને અહીંથી ટળો."

માસ્ટર ધીમેથી કટપીસ પાસે ઊભો રહ્યો, "આપણે કોઈ ખૂનામરકી કરવાની નહોતી. ખુદ કમાન્ડરે એવી તાકીદ કર્યાનું તે કીધું હતું. તો હવે મિશન છોડી દેવાનું છે?"

કટપીસે માસ્ટર સામે જોયું, "મિશન ન છોડાય... એ શક્ય નથી. હવે આપણે ઘણા આગળ નીકળી ગયા છીએ. મિશન તો કમ્પ્લિટ થશે જ."

"પણ આ અણધારી આફત સામે આવી એનું શું?"

"એમાં કંઈ થઈ શકે એમ નથી અને હા, કમાન્ડર વતી હું ગૅરન્ટી આપું છું કે કદાચ મિશન અધૂરું રહ્યું તો પણ બધાને અંતે જે મળવાનું હતું એ અવશ્ય મળશે."

તેજસ, અનન્યા, મોના અને યશ ઊભા થયાં. હાથમાં હાથ મિલાવીને હિંમતપૂર્વક એકમેક સામે જોયું. ચારેય એક-એક ડગલા દરવાજા તરફ આગળ વધ્યાં. એક-એક પગલાં સાથે ટૅન્શનનાં વાદળ ઘેરાતાં જાય. કટપીસ, માસ્ટર કે શાંતિને કંઈ સમજાતું નથી કે કરવું શું? ગોળી ચલાવવી કે?

અચાનક ડોરબેલ વાગી. કટપીસે ઉતાવળે પગલે આગળ જઈને ડોર આઇગ્લાસમાંથી બહાર જોયું અને એનાં મોતિયાં મરી ગયાં. એના મોઢામાંથી ચીસ નીકળી ગઈ, "ઓહ માય ગૉડ, પ્રૉબ્લેમ."

માસ્ટર અને શાંતિ એકદમ નજીક ધસી ગયાં, "કેવો પ્રૉબ્લેમ?"

કટપીસ થોડો દૂર ગયો. બંનેને પાસે બોલાવ્યા, "બહુ મોટો પ્રૉબ્લેમ છે, પણ આપણે સોલ્વ કરી શકીશું. હું બોલું એટલું જ કરો. માસ્ટર તું યશને લઈને ઉપરના એક રૂમમાં જા. શાંતિ. તું ઉપરના બીજા રૂમમાં જા. બંને દરવાજા અધખુલ્લા રાખજો કે જેથી અહીં શું થઈ રહ્યું છે એના પર નજર રહે."

પછી કટપીસે જોશી ફૅમિલી સામે જોયું, "એક સ્પષ્ટ સૂચના સાંભળી લો. જરા પણ મસ્તી કરી તો માસ્ટરની સાયલેન્સર ચૂપ નહીં રહે અને યાદ રહે કે અહીં ત્રણ જણાં મારી પાસે છે. ફટાફટ જાઓ, ફટાફટ."

બધા ઉતાવળે પગલે ચાલવા માંડ્યા ત્યાં ફરી ડોરબેલ વાગી. કટપીસે તેજસ સામે જોયું, "એક વાત યાદ રાખજો કે હું તમારો નોકર છું. ઓકે?" તેજસે ડોકું હલાવ્યું એટલે તરત કટપીસે જઈને ભીંતમાં કાણું કરતા મશીનની સ્વિચ ઑફ કરી દીધી. ત્રીજી ડોરબેલ વાગી એ સાથે કટપીસના ઇશારે તેજસે દરવાજો ખોલ્યો.

દરવાજામાં વર્દીધારી ઇન્સ્પેક્ટરને જોઈને તેજસને આનંદ થયો અને ફિકર પણ, "હલ્લો, આઇ એમ ઇન્સ્પેક્ટર ઇમાનદાર. આપ કૌન?"

"તેજસ જોશી. બોલીએ સર, કૈસે આના હુઆ??"

ઇન્સ્પેક્ટર ઇમાનદાર અંદર આવ્યા, "અરે કમાલ કરતે હૈ જોશી સાહેબ. આપ પોલીસ કા સપોર્ટ માગતે હૈ, ફિર એકદમ સે ભૂલ જાતે હૈ..."

કટપીસની આંખમાં ચમક આવી ગઈ, જે સંતાડવાનો તેણે માંડ માંડ પ્રયાસ કર્યો.

તેજસે અજાણ હોવાનાં મિથ્યા ફાંફાં માર્યા, "મૈં... મૈં સમજા નહીં?"

ઇન્સ્પેક્ટર ઇનામદારે તેજસનો જમણો હાથ પકડીને એના પર ડાબા હાથથી થપથપાવ્યું, "જોશી સાહેબ, તમને કદાચ એક વાતની ખબર નથી."

કટપીસના કાન સરવા થયા. એ એક ડગલું તેજસ અને ઇન્સ્પેક્ટર ભણી આગળ વધ્યો, જે ઇમાનદારના ધ્યાનમાં આવ્યા વગર ન રહ્યું. ઇન્સ્પેક્ટર એકદમ ખડખડાટ હસી પડ્યો, "અરે, હું પણ ગુજરાતી બોલી શકું છું. આઇ એમ ફ્રોમ બરોડા."

કટપીસને ધરપત થઈ અને તેજસે નિરાંત અનુભવી. ઇમાનદારે એક્સ-રે કાઢવાનો હોય એમ આખા ઘરમાં ઝીણવટભરી નજર ફેરવી. કટપીસના ચહેરા

પર બે-પાંચ પળ પોરો ખાધા બાદ તેજસ સામે જોયું. પછી હળવેકથી તેજસની પીઠ પર ધબ્બો માર્યો.

"કમાલ કરો છો જોશીસાહેબ તમે પણ. અંડરવર્લ્ડની ધમકી મળી એટલે છેક દિલ્હી ફોન કરી દીધો. દિલ્હીથી કમિશનરસાહેબને ઑર્ડર આવ્યો કે ફુલ સિક્યોરિટી આપો. કમિશનરસાહેબે ઝોન નવના ડીસીપી જાડેજાસાહેબને સૂચના આપી. તેમણે તમને ત્રણેકવાર ફોન કર્યા, પણ બૅલ જ વાગતી રહી. અમે તમારા વાઇફનો નંબર શોધી કાઢ્યો. લૅન્ડલાઇન નંબર પણ મેળવ્યો, પણ ક્યાંયથી રિસ્પોન્સ ન આવ્યો એટલે મારે જાતે આવવું પડ્યું. બોલો, બધું બરાબર છે ને?"

કટપીસે આગળ આવીને એકદમ વિવેક સાથે પૂછ્યું, "સર, ચા લેશો કે કૉફી?"

ઇમાનદારે તેજસ સામે જોયું, "આ સમજદાર કોણ?"

તેજસ હળવું હસ્યો, "ઇન્ટ્રોડક્શન રહી ગયું. આ મારી વાઇફ અનન્યા અને આ દીકરી મોના. આપને ચાનો વિવેક કર્યો એ અમારો નોકર."

અનન્યા અને મોનાએ સ્માઇલ કર્યું પણ ફિક્કું. એ કૃત્રિમ હોવાનું સમજવામાં ઇમાનદારને વાર ન લાગી છતાં એ બે-બે પળ બધાની સામે ઊભો રહ્યો અને અભિવાદન સ્વીકાર્યું. પછી કટપીસ સામે ઊભો રહ્યો, "સંસ્કારી ઘરના નોકર ઓળખાયા વગર ના રહે. લાંબા સમયની તાલીમ કામ લાગે. બરાબરને એસ.આર.કે?"

એસ.આર.કે.નું નામ સાંભળી બધાના કાન ચમક્યા. ઇન્સ્પેક્ટર હસીને બોલ્યા, "અરે, આમાં નવાઈ પામવા જેવું નથી. નીચેથી આવતી વખતે વૉચમૅન સાથે વાતચીત કરી તો ખબર પડી કે આ ઘરમાં કોણ કોણ રહે છે."

તેજસે હસવાનો પ્રયાસ કર્યો, "હા, હા, હવે વૉચમૅન પણ ઘણા સ્માર્ટ હોય છે."

"પણ આ એટલો સ્માર્ટ નથી હોં. મેં રજિસ્ટર ચેક કર્યું તો કાલે કોઈ આશ્રમવાળો છોકરડો આવ્યો તે આ પાછો ગયો નથી. ઇન્ટરવ્યૂ માટે કામવાળી આવી હતી એ પણ પાછી ગઈ નથી. આઇ મીન કે બંનેના જવાના સમય રજિસ્ટરમાં નોંધાયેલા નથી."

તેજસે તરત બચાવ કર્યો, "સાચી વાત છે આપની. હોવા જોઈએ એટલા સ્માર્ટ નથી. એ આડોઅવળો થયો હશે ત્યારે બંને કદાચ નીકળી ગયા હશે, પણ તમારી ચકોર નજરનાં વખાણ કરવા પડે."

ઇમાનદારે ઘરમાં આંટાફેરા મારતા સવાલ કર્યો, "પણ તમે બધા ફોન કેમ ઉપાડતા નથી?

"અરે સર, કાલે રાતે પાર્ટીમાં ગયા હતા. અનન્યાની ફ્રેન્ડની બર્થડે હતી.

એકાદ પૅગ વધી ગયો. ખૂબ મોડું થઈ ગયું રાતે આવવામાં. આજે સન્ડે છે એટલે થોડા આરામથી જાગીએ."

"નસીબદાર છો તમે. અમારે તો સાતેય વાર સરખા." અચાનક એ ગાદલા-ગોદડાના કબાટ પાસે ઊભા રહી ગયા. કબાટની ચારે તરફ જોવા માંડ્યા. હળવેથી દંડો માર્યો કબાટ પર. બધાના જીવ અધ્ધર થઈ ગયા કે ક્યાંક દરવાજો ખૂલી ગયો તો એસ.આર.કે.ની લાશ બહાર ઊછળી પડશે. ઇમાનદારે ત્યાં ઊભા ઊભા અનન્યા સામે જોયું, "મિસિસ જોશી, કબાટ ખૂબ મજબૂત છે હોં. ક્યાંથી લીધો? અને કેટલામાં? વાઇફ ક્યારની પાછળ પડી છે. થાય છે કે હવે લઈ જ લઉં આવો એક કબાટ."

અનન્યાએ ચહેરા પરથી પરસેવો લૂછ્યો, "એ આ તો મારા પિયરથી આવ્યો છે, પૂણેથી."

ઇમાનદાર તેજસ સામે જોઈને હસ્યા, "વાહ યુ આર લકી જોશીસાહેબ. દહેજમાં... એટલે કે ગિફ્ટમાં સરસ કબાટ મળ્યો. એ કબાટનું હેન્ડલ પકડીને ફેરવે, ડાબી તરફ દંડો ફટકારે. અચાનક પાછળ રખાયેલી કટપીસની કાખઘોડી બહાર આવીને નીચે જમીન પર પડી. ઇમાનદારે નીચા વળીને કાખઘોડી ઉપાડી."

અનન્યા ઉતાવળે પગલે આવી, "પ્લીઝ, એની સાથે રમત ન કરો. મૂકી દો."

તેજસે બાજી સંભાળવાની પહેલ કરી, "રિલેક્સ અનન્યા. ઇન્સ્પેક્ટર, એ છે ને મારા સસરાજીની છે. હી ઇઝ નો મોર. શી ઇઝ મોર ઇમોશનલ ઍન્ડ પઝેસિવ અબાઉટ ઇટ."

ઇમાનદારે માન આપતા હોય એમ ઊંચી કરીને કાખઘોડીને માથે લગાડી. કાખઘોડી સાથે જ અનન્યા નજીક ગયા, "સૉરી, આપની લાગણી ઘવાઈ હોય તો." પછી કટપીસને બોલાવ્યો, "ચા રહેવા દે. આ સાચવીને મૂકી દે." કટપીસે કાખઘોડી લીધી ત્યારે ઇન્સ્પેક્ટરની નજર એના ચહેરા પર જ રહી. અચાનક દંડો ઘુમાવતા ઇન્સ્પેક્ટરે તેજસ સામે જોયું, "તમારે એક દીકરો છે ને? જશ... વૉચમૅને કહ્યું મને."

"જશ નહીં, યશ. એ ઊંઘે છે."

"હજી ઊંઘે છે? એનેય પાર્ટીમાં લઈ ગયા હતા કે શું? પ્લીઝ, એવું ન કરો."

તેજસ અસ્વસ્થ લાગવા માંડ્યા. મોના આગળ આવી, "પપ્પા, તમે બેસી જાઓ. રાતનો થાક હજી ઊતર્યો નથી લાગતો. ઍન્ડ ઇન્સ્પેક્ટર કૉંગ્રેચ્યુલેશન. ફિલ્મ-નાટકમાં પોલીસવાળાને જોઈને લાગે કે આપણા રક્ષકો આવા? કાયમ ક્રાઇમ થાય પછી જ આવે. તમને જોઈને નિરાંત થઈ કે અમે સલામત હાથોમાં છીએ."

ઇમાનદારના ચહેરા પર સ્માઇલ આવી ગયું, "થૅન્ક્યુ, યંગ લેડી. તમારા

જેવા સમજદાર બહુ ઓછા છે. અમારા ટેન્શનની કોઈને ખબર નથી. બધાને ફક્ત બૂમાબૂમ કરવી છે.”

“હું સમજું છું...”

“તમે સમજો એનાથી અનેકગણું ટેન્શન છે મારે. જુઓ એક નોકરનું મર્ડર થઈ ગયું.”

આ સાંભળીને કટપીસના હાથમાંથી કાખઘોડી પડી ગઈ, “તમારો નોકર ખૂબ ડરપોક ને ભલો લાગે છે. અરે ભાઈ, એક નોકરના મર્ડરનું ઇન્વેસ્ટિગેશન ચાલે છે. એમાં આ કસબને સાચવવો એટલે કાળા ભોરિંગને કરંડિયામાં સાચવીને રાખવાનો. ન કોઈ એને કંઈ કરે કે ન એ કોઈને કંઈ કરે એવી રાતદિવસ તકેદારી રાખવાની. સાંભળ્યું છે કે એ બધા વટાણા વેરી નાખવાનો છે. એમાંય તમારી બાજુની સ્કૂલમાં વાઇસ પ્રેસિડન્ટ બખ્તાવરસાહેબ આવવાના છે, એનો બંદોબસ્ત. આ બધું ઓછું હોય એમ તમને આ અંડર વર્લ્ડની ધમકી. તમે નહીં માનો પણ આજે વાઇફના બર્થડેએ જ ઘરે જવામાં મોડું થશે.”

અનન્યાએ અફસોસ વ્યક્ત કર્યો, “ઓહ, વેરી બેડ. અમારા વતી હેપી બર્થડે કહેજો.”

“ચોક્કસ, પણ આજે નહીં, કાલે કહીશ.”

“કેમ કાલે?”

“આજે રાતે મોડા જઈને ફરી ઠપકો ખાવો એના કરતા કાલે જ ઘરે જઈશ. આમેય આપણી મૅન્ટાલિટી આજની આફત આવતી કાલ પર ધકેલી દેવાની જ છે ને! એની વે, થૅન્ક્યુ, પ્લીઝ ટેઇક કેર. અને પ્લીઝ, ડીસીપી જાડેજાનો ફોન હવે ઉપાડજો, નહીંતર મને ફરી ધક્કો થશે. એક કામ કરો અત્યારે આવીને મળી લો, એમને. એટલે મારે માથાકૂટ મટે.”

તેજસ, અનન્યા અને મોનાની આંખમાં આશાની વીજળીનો ચમકારો થયો. કટપીસે તેજસ સામે જોયું, “સર, આપ બે મિનિટમાં ફ્રેશ થઈ જાઓ.” તેજસ અંદરની રૂમમાં ગયો. એક કાગળ પર ફટાફટ કંઈક લખીને કવરમાં મૂકી દીધું. વાળ સરખા કરીને બહાર આવ્યો ત્યારે કટપીસ એકદમ નજીક જઈને ઇન્સ્પેક્ટર ઇમાનદાર પાસે દેખાયો.

“સર, આપને ક્યાંક જોયા છે. આપ ક્યારેય એસીપી ગાયતોંડેને ઘરે આવતા હતા?”

“અરે, એ તો દોસ્ત છે. એની પાલઘરમાં ટ્રાન્સફર અગાઉ કદાચ એકાદવાર ઘરે આવ્યો છું, પણ કેમ પૂછવું પડ્યું?”

“પહેલા હું એમને ત્યાં નોકરી પર હતો. ત્રણ મહિનામાટે. આ વર્ષના

જાન્યુઆરી, ફેબ્રુઆરી અને માર્ચમાં. એટલે આપને જોયાનું યાદ આવ્યું. સર, એક રિક્વેસ્ટ માનશો?"

"હા, હા, બોલ તો ખરો.

એકદમ નજીક જઈ માત્ર ઇમાનદારને સંભળાય એમ જ બોલ્યો, "સર, કાલે રાતે કોઈ પાર્ટીબાર્ટી નહોતી. હસબન્ડ-વાઇફના પ્રૉબ્લેમમાં બહુ માથાકૂટ થઈ. તેજસસર ખૂબ ટેન્શનમાં છે."

કટપીસે ધીરેથી ઇમાનદારના હાથમાં બે હજાર રૂપિયા સરકાવી દીધા, "આપને વાંધો હોય તો સરને મોડેથી પોલીસસ્ટેશન મોકલું એવું હોય તો હું પોતે સાથે આવીશ. એમનું પ્રેશર વધી જાય છે. પ્લીઝ સર, રિક્વેસ્ટ માનો, પહેલી અને છેલ્લી રિક્વેસ્ટ."

ઇમાનદાર કટપીસ સામે જોઈ રહ્યો. પછી બહાર આવેલા તેજસ સામે હસ્યો, "મને એક વિચાર આવ્યો. હમણાં હું જાઉં છું. તમે જાડેજાસાહેબને ફોન કરી દેજો અને મોડેથી મળી લેજો. ઍન્ડ આઇ મસ્ટ સે કે તમારો એસ.આર.કે. એટલે લાખોમાં એક. માલિકને આટલો પ્રેમ કરનારો નોકર હવે ન મળે. ઓકે. ગુડબાય." તેજસ થૅન્ક્સ કહેવા નજીક ગયો અને કવર આપવાના પ્રયાસ કર્યા, પણ ઇમાનદારે ધરાર ઇનકાર કર્યો.

તેજસ અને અનન્યાએ મૌન રહીને સ્માઇલ આપ્યું, ઇન્સ્પેક્ટર ઇનામદારે કટપીસ સામે જોયું. "તારી ચા બાકી હો. ફરી મળીશું ને?" ઇમાનદાર રવાના થયા એટલે બે મિનિટ કોઈ કંઈ ન બોલ્યું. માસ્ટર યશને લઈને નીચે ઊતર્યો.

માસ્ટરે કટપીસ સામે જોયું, "સેક્શન એકદમ ગરમ થઈ ગયાનું પેલા પોલીસવાળાની વાત પરથી લાગ્યું." તે તેજસ પાસે ગયો, "સાલા અંડરવર્લ્ડવાળાને અત્યારે જ ધમકી આપવાનું સૂઝ્યું. અને તેં અમને ધમકીની વાત કેમ ન કરી?"

તેજસ અકળાયો, "મને જરૂર ન લાગી. એક દિવસના આવેલા મહેમાનને કેટકેટલી વાત કરવાની હોય? શા માટે? ધેટ્સ ઇઝ માય પ્રૉબ્લેમ." માસ્ટરે કટપીસને પૂછ્યું, "બૅન્ક લૂંટવાનું માંડી વાળીએ?"

કટપીસે બે ઘડી વિચાર્યું, "ના, હવે એ શક્ય નથી. આમેય એ ફેંસલો કમાન્ડરે કરવાનો છે. ચાલ, હું મશીન ફરી ચાલુ કરી દઉં."

એ મશીન ચાલુ કરવા ગયો. અચાનક ઊભો રહી ગયો, "શાંતિ કેમ ન આવી. ફરી કંઈ નવાજૂની કરી નથી ને? બોલાવ એને..."

માસ્ટરે બૂમ પાડી, "શાંતિ, ઓ શાંતિ બહાર નીકલ..." બધાની નજર ઉપરના રૂમ પર મંડાઈ. એ રૂમમાંથી ધીમે ધીમે વ્હીલચૅર બહાર દેખાઈ, જેના પર જાનીકાકા બેઠા હતા. એની પાછળ શાંતિ ગુસ્સામાં ઊભી હતી.

કટપીસ અને માસ્ટર સ્તબ્ધ થઈ ગયા. શાંતિ ઝડપભેર નીચે આવી, "દેખા, હમ લોગ કો મોના કા ભી પતા નહીં થા, ઇસકી ભી જાનકારી નહીં થી."

કટપીસે વેધક નજરે માસ્ટર સામે જોયું, "હવે આ કોણ છે?"

તેજસ ધીમેથી સોફામાંથી ઊભો થયો, "આ જાનીકાકા છે. બે ફ્લૅટ છોડીને રહે છે. એક ટ્રૅજેડીમાં એમના ઘરના બધા ખતમ થઈ ગયા. એના આઘાતમાં પેરેલિસીસ થઈ ગયો. એમની તબિયત ખરાબ હતી એટલે એક દિવસ પહેલા જ અમારે ઘરે લઈ આવ્યા. અમારા વડીલ જેવા છે. એમનાથી તમારે ડરવાની જરૂર નથી."

માસ્ટરે રિવૉલ્વર કાઢીને તેજસના માથા પર મૂકી, "જાદુગરની જેમ ટોપીમાંથી એક-એક માણસ કાઢવાનું ભારે પડી જશે. મા કસમ, હવે હું કંટાળ્યો છું તમારા લોકોથી."

માસ્ટરના હાથમાં રિવૉલ્વર જોઈને જાનીકાકાની આંખમાં આગ ધસી આવી. એમના પોલિયોવાળા પગમાં સહેજ કંપન થયું, જે નિષ્ણાત ડૉક્ટરને ચમત્કાર લાગ્યો હોત.

શાંતિનેય સવાલ થયો, "અત્યારે લૂંટ ન કરીએ તો? પકડાઈ જવાના ચાન્સ છે."

કટપીસ હસી પડ્યો, "હવે તો તને બચાવાય લૂંટ કરવી ફરજિયાત છે. નહીંતર તું ફાંસીએ લટકી જાય."

"એટલે?"

"લૂંટ ન કરીએ તો પોલીસને એસ.આર.કે.ની લાશ તરત મળે એટલે તારી પાછળ પડી જાય. તારે લીધે કદાચ અમેય પકડાઈ જઈએ. એટલે લૂંટ થશે જ. સલામત રીતે ભાગવાનો પ્લાન પણ તૈયાર છે. પહેલા મને મશીન ચાલુ કરવા દો. ઇન્સ્પેક્ટર આવ્યો એમાં ઘણો સમય બરબાદ થઈ ગયો."

કટપીસે મશીન પરનું બટન ઑન કર્યું, પણ કંઈ અવાજ આવ્યો નહીં. તેણે મશીન પર કાન માંડ્યો. બે વાર ધીરેથી એના પર હાથ થપથપાવ્યા, "લાગે છે કે મશીનમાં કંઈક પ્રૉબ્લેમ છે. એને બંધ કર્યું એટલે ગરબડ થઈ."

માસ્ટર ચિંતામાં કટપીસ પાસે ગયો, "હવે શું કરીશું?"

"અરે, ફિકર કરવાની જરૂર નથી. હું જલદી રિપેર કરી લઈશ. હું મશીન લઈને રૂમમાં જાઉં છું. થોડીવારમાં આ યશની ગર્લફ્રેન્ડ આવશે. બંનેનાં રિહર્સલ એકાદ કલાક ચાલવા દઈશું. ત્યાં સુધી મશીન રિપેર કરી નાખીશ. હવે કદાચ એકાદ કલાક જ બાકી છે. પછી આપણે એકદમ આઝાદ. બધા બની જઈશું કરોડપતિ."

માસ્ટર અને શાંતિના ચહેરા પરની તાણ થોડીઘણી હળવી થઈ. માસ્ટરે

તેજસ, અનન્યા, મોના અને યશ સામે જોયું, “આ ચારેયને એક રૂમમાં બંધ કરી દઈએ. એની બાજુની રૂમમાં પેલા કાકા સાથે અમે રહીએ. પેલી છોકરી આવે ત્યારે યશને બહાર મોકલીએ.”

કટપીસને આ આઇડિયા ગમ્યો, “હમણાં યશને પણ રૂમમાં બંધ રાખો. એ છોકરી આવે ત્યારે બધાને બહાર લાવજો કે જેથી એને જરાય શંકા ન જાય. ત્યાં સુધીમાં હું મશીન ખોલીને જોઈ લઉં કે શું થયું છે?”

માસ્ટર અને શાંતિએ નફરતભરી નજરે ચારેય સામે જોયું અને ઉપર જવાનો ઇશારો કર્યો. તેજસના મનમાંથી હજી ઇન્સ્પેક્ટર ઇમાનદાર હટતો નહોતો, “બહુ મોટી તક ગુમાવી દીધી. કાશ, એને મૅસેજવાળું કવર આપી શક્યો હોત.”

પણ હકીકતમાં તક પૂરેપૂરી ગુમાવાઈ નહોતી.

•

મકાનમાં ગ્રાઉન્ડ ફ્લૉર પહોંચતા જ ઇન્સ્પેક્ટર ઇમાનદાર સીસીટીવી રૂમમાં ગયો. વૉચમૅનને કહીને એસ.આર.કે.નું ફૂટેજ જોયું. એનો ફોટો પાડ્યો. ગઈ કાલે આવેલા આશ્રમના અપંગ યુવાનનો ફોટો જોયો અને ચહેરા પર સ્માઇલ આવી ગયું. ગાયબ થઈ ગયેલી કામવાળી બાઈનોય ફોટો પાડી લીધો. એ ઉતાવળે પગલે બહાર નીકળ્યા. મોટી વેનમાં બે યુવાન આધુનિક લેપટોપ અને બીજી સાધનસામગ્રી સાથે બેઠા હતા. પોતાના ઉપરના ગજવામાંથી બૉલપેન અને શર્ટનું એક બટન ઇમાનદારે એ બંનેને સોંપી દીધા, “આમાંના ફોટા ફટાફટ મૅચ કરો. કોઈ ક્રાઇમ રેકોર્ડમાં છે કે નહીં એ જુઓ.”

પછી ડ્રાઇવરને આદેશ આપ્યો કે ફટાફટ ડીસીપી જાડેજાસાહેબ પાસે પહોંચાડો. ઇમાનદારને શંકા નહીં, વિશ્વાસ હતો કે 304/404, ખુશાલી એપાર્ટમૅન્ટમાં કંઈક તો અજુગતું હતું. નીકળતી વખતે સૌથી છુપાવીને તેજસ જોશી મને કવર આપવા માગતા હતા. એમાં લાંચ માટેની રોકડ તો નહીં જ હોય. તો શું એ કંઈક કહેવા માગતા હતા?

•

પાંચેક મિનિટની શાંતિ બાદ યશે બધા સામે જોયું. એકદમ હતાશ બેઠેલા તેજસ પાસે ગયો, “પપ્પા, તમે ઇન્સ્પેક્ટરને ચિઠ્ઠીમાં મૅસેજ આપી દીધો હોત તો કામ થઈ જાત.”

તેજસે ગજવામાંથી એક કવર કાઢ્યું, “જો આમાં મૅસેજ લખેલો જ હતો. કટપીસની નજર ચોરાવીને કવર આપવાનો પ્રયાસ કર્યો, પણ તેણે ન લીધું.”

મોનાએ સંભવિત કારણ આપ્યું, "નામ પ્રમાણે ઇમાનદાર હશે કાં દિલ્હીના પપ્પાના કૉન્ટેક્ટ કે પછી કમિશનર કે ડીસીપી જાડેજાનો ડર લાગ્યો હશે."

અનન્યાએ મહત્ત્વની વાત કહી, "પણ કટપીસે તો એના હાથમાં કંઈક સરકાવ્યું ખરું, પછી જ એ ઇન્સ્પેક્ટર જવા માટે તૈયાર થયો. કટપીસ દેખાય છે બહુ ભોળો અને માસૂમ, પણ સાથોસાથ ચાલાક પણ ઓછો નથી. ચેતતા રહેવું પડશે."

•

કટપીસ કેટલો ચાલાક હતો એ ભાગ્યે જ કોઈ જાણતું હતું. પોતાની બેકપૅકમાંથી એક સ્પેશિયલ ફોન કાઢીને તેણે કોઈ નંબર ઘુમાવ્યો. એકાદ મિનિટ પછી સામેથી ફોન ઉપાડાયો. કટપીસ એકદમ હરખભેર વાત કરવા માંડ્યો, "સલામ વાલેકુમ... મુરઘી કો દાના ડાલ દિયા હૈ... કભી ભી પિંજરે મેં આ જાયેગી... હમારી ફતેહ કો કોઈ રોક નહીં પાયેગા... આપ યહાં કી ફિક્ર ન કરે... પ્રોજેક્ટ પૂરા હો જાને કે બાદ યહાં સે નીકલને કા ઇંતેઝામ હો ચુકા હૈ ન?... ઉત્તન, ગોરાઈ ઔર વર્સોવા સમંદર કિનારે પે સબ કો સ્ટેન્ડ બાય રખના હોગા... જલદી હી ફતેહ કી ખબર મિલ જાયેગી... શુક્રિયા જનાબ... ખુદા હાફીઝ."

કટપીસે ફોન ફરી બેકપૅકમાં મૂક્યો. વાયોલિન હાથમાં લઈને એને પંપાળવા માંડ્યો. એના ચહેરાની માસૂમિયતનું એકદમ બાષ્પીભવન થઈ ચૂક્યું હતું.

11

ડીસીપી જાડેજાની કેબિનમાં ઇન્સ્પેક્ટર ઇમાનદાર બેઠા હતા. ચાના કપ આવ્યા એટલે ઇમાનદારે શરૂઆત કરી, "સર, તેજસ જોશીના ઘરમાં કંઈક ગરબડ જરૂર છે. ઘણા મુદ્દા મારા ધ્યાનમાં આવ્યા. એક, ઘરમાં બધા મેમ્બર્સ કંઈક છુપાવવા મથતા હતા. બે, બધાના મોબાઇલ બંધ કે સાયલન્ટ પર હોવા માટે અપાયેલાં કારણો આપતી વખતે અવાજ પ્રતીતિકર નહોતો. ત્રણ, ઘરમાં એક નોકર છે એસ.આર.કે., પણ એને બદલે કોઈ અન્ય યુવાનને એસ.આર.કે. તરીકે મારી સામે રજૂ કરાયો. ચાર, સાચો એસ.આર.કે. ક્યાં છે? પાંચ, એસ.આર.કે. તરીકે કોણ છે અને શા માટે? છ, આ જ મકાનમાં ગઈ કાલે આવેલી એક બાઈ પાછા ગયાનું સીસીટીવી ફૂટેજમાં દેખાતું નથી. એ પણ તેજસ જોશીના ઘરે ગયાનું સીસીટીવી ફૂટેજમાં દેખાય છે. એ કોણ હતી? અત્યારે ક્યાં છે? સાત, બનાવટી નોકરે મને બે હજાર આપીને તેજસને ઘરની બહાર નીકળતો કેમ રોક્યો? આઠ, બિલ્ડિંગમાં દાન લેવા માટે પ્રવેશેલો યુવાન જ બનાવટી એસ.આર.કે. બન્યો છે, પણ ફૂટેજમાં કાખઘોડી છે જે ઘરમાં વાપરતો નથી. ઘરમાંથી અચાનક મળેલી કાખઘોડી માટે અનન્યા જૂઠું કેમ બોલી કે આ એના પપ્પાની કાખઘોડી છે? નવ, ચોક્કસ ખાતરીપૂર્વક ન કહી શકું, પણ મને લાગે છે કે બહારની રૂમમાં ગાદલા-ગોદડાના કબાટને હું અડતો હતો કે મારો દંડો ફટકારતો હતો ત્યારે બધા એકદમ કેમ ગભરાઈ જતાં હતાં. દસ, ગઈ કાલે કામવાળી બાઈ તરીકે ગયેલી યુવતી સામાન્ય રૂપજીવિની છે. એનો પોલીસ રેકોર્ડ છે. એ શું કામ ગઈ તેજસ જોશીને ઘરે અને પછી ક્યાં ગાયબ થઈ ગઈ? અગિયાર, ચોંકાવનારી હકીકત એ છે કે બનાવટી એસ.આર.કે. બનેલા યુવાનનો કોઈ ક્રિમિનલ રેકોર્ડ નથી. આપણી ટીમ વધુ સોર્સમાં પૂછપરછ કરી રહી છે."

જાડેજાએ ઊભા થઈને ઇમાનદારની પીઠ થાબડી, "પ્રાઉડ ઑફ યુ, એટલે જ મને મળેલા કામચલાઉ અધિકારનો ઉપયોગ કરીને સી.આઇ.ડી.માંથી તમને બોલાવીને આ કામ સોંપ્યું."

"થેન્ક્યુ સર, આપ જેવા ઑફિસર વિશ્વાસ મૂકે એ મોટી વાત છે મારા માટે. હા, સર, એક વધુ મુદ્દો યાદ આવ્યો. ઘરે એસ.આર.કે. બનેલા યુવાને કીધું કે તેણે મને એસીપી ગાયતોંડેને ઘરે જોયો હતો. આ વર્ષના જાન્યુઆરી, ફેબ્રુઆરી અને માર્ચમાં એ ગાયતોંડેને ઘરે નોકરી કરતો હતો, પણ સર, મારો કોઈ ગાયતોંડે નામનો ફ્રેન્ડ નથી. આપણા ડિપાર્ટમેન્ટમાં ઘણા ગાયતોંડે છે, પણ કોઈ એસીપી નથી. એટલે મને આ યુવાન ખૂબ ભેદી લાગે છે."

"યસ, આપણી બધી તાકાત અને સાધનો આ બનાવટી એસ.આર.કે. પર ફોકસ કરીએ. લેટ્સ ગેટ બેક ટુ ધ વર્ક."

•

કટપીસ રૂમમાં આંખ મીંચીને પડ્યો છે. એનું મગજ વિચારોમાં છે. ચહેરા પર મિશન પૂર્ણતાની નજીક પહોંચ્યાની ઉત્તેજના છે. સંતોષ છે. એ જ સમયે જરાય અવાજ વગર રૂમનો દરવાજો ખૂલ્યો.

કટપીસે આંખ ખોલ્યા વગર પૂછ્યું, "ક્યા હુઆ શાંતિ? ઇધર ક્યોં આઈ?"

શાંતિને આશ્ચર્ય થયું, પણ આઘાત વધુ લાગ્યો, "હું જોવા આવી હતી કે મશીન રિપેર થઈ ગયું કે નહીં? પણ તું તો કામ કરવાને બદલે આરામમાં છો. આ બધું શું છે?"

કટપીસે બંધ આંખે જ જવાબ આપ્યો, "આ બધી ફિકર કરવાનું તારું કામ નથી."

"મેં જીવને જોખમમાં મૂક્યો ને હવે તું કહે છે કે આ બધું મારું કામ નથી. એનો મતલબ શું?" શાંતિનો અવાજ થોડો તીખો બની ગયો.

કટપીસે આંખ ખોલી. શાંતિ સામે હસ્યો, "તું નાહકની પરેશાન થાય છે. તારો મતલબ શેની સાથે છે?"

"આ લૂંટની રકમ સાથે!"

"હા, પણ હવે તું ચૂપચાપ અહીંથી નીકળી જા. તારા ઘરે એક કરોડ રૂપિયા પહોંચી જશે. પછી જલસા કરજે, ઠીક છે?"

"ના હોં. આ કામ પતી ગયું પછી કોણ કોને ઓળખવાનું? મને ઉધારી પસંદ નથી. હું અહીં છેલ્લે સુધી રહીશ. લૂંટના માલમાંથી મારો હિસ્સો લીધા બાદ જ જઈશ."

"મારા પર વિશ્વાસ નથી?"

"ના. જરાય નહીં."

"તો માસ્ટર પર? એ ગૅરન્ટી આપશે. ચાલ, વાત કરી લઈએ."

"એ શું ગૅરન્ટી આપવાનો? એની ગૅરન્ટીની વેલ્યૂ કેટલી?"

"અરે, તું તો એને લાંબા સમયથી ઓળખે છે ને?"

"બે-ત્રણ વર્ષથી. મારા ઘરે દેશી દારૂની ટાયર-ટ્યૂબ લેવા આવતો હતો. એના પર હું સો-બસો રૂપિયાનો વિશ્વાસ કરતી નહોતી, તો આ એક કરોડની વાત જ ક્યાં આવે?"

"શાંતિ, સમજી લે કે પ્રોજેક્ટ પૂરો થઈ ગયો. કમાન્ડરનો આદેશ આવ્યો છે કે હવે બૅન્ક લૂંટવાની નથી."

"પાગલ છે કે તારો કમાન્ડર? આ બચ્ચાના ખેલ છે કે ચાલો હવે નથી રમવું કહીને ઊભા થઈ ગયા. મને હમણાં ને હમણાં એક કરોડ રૂપિયા આપ તો..."

"તો શું? બોલ સ્પષ્ટ બોલ."

"તો હું ગણીને રવાના થાઉં. કટપીસ જોક્સ છોડ. ટાઇમપાસ બહુત હો ગયા. અબ મશીન રિપેર કર લે ફટાફટ."

"અરે, મશીનને માર ગોળી. ચાલ, તું પોતે કમાન્ડર સાથે વાત કરી લે."

"નહીં, મારે વાત કરવી નથી. હું તને ઓળખું, ને મારા રૂપિયાને ઓળખું. તમારી માથાકૂટમાં એક મર્ડર થઈ ગયું છે મારે હાથે. ને હવે તું આવી વાત કરે છે? મશીનને કામે લગાડ. ક્યાં છે મશીન?" શાંતિએ આસપાસ જોયું તો કચરાની ટોપલીમાં મશીન નજરે ચડ્યું. એ એકદમ ગુસ્સામાં કટપીસને જોઈ રહી, "આ શું નાટક છે?"

"નાટક નથી, હકીકત છે. કોઈ ભીંત તોડવાની નથી કે બૅન્ક લૂંટવાની નથી. જો, તારું કામ ઘરમાં ઘૂસવાનું અને અમારા માટે રસ્તો સાફ કરવાનું હતું. એ તેં બરાબર કરી લીધું એટલે હવે તું જા. એકદમ ઉતાવળે નીકળ."

"હું એમ નહીં નીકળું, છતાં કમાન્ડરને બોલ કે મને બે કરોડ રૂપિયા હમણાં, અહીં જ મળી જાય તો નીકળું."

"આ થઈને સમજદારીવાળી વાત. લે કર કમાન્ડર સાથે વાતચીત." કટપીસે એને પોતાનો મોબાઇલ ફોન આપ્યો. શાંતિએ એમાંથી કમાન્ડરનો નંબર શોધીને ડાયલ કર્યો. સામે વાગતી બેલ સંભળાઈ ક્યાંય સુધી. અચાનક કટપીસ એના ગળામાં પ્લાસ્ટિકની રસ્સી નાખીને જોરશોરથી બે છેડા ખેંચતો ગયો. શાંતિ તરફડતી રહી. હવાતિયાં માર્યાં, પણ કટપીસ દેખાવના પ્રમાણમાં વધારે સશક્ત નીકળ્યો. જાણે ઘટના પચાવી ન શકી હોય એમ શાંતિની આંખના બંને ડોળા

આઘાતથી બહાર નીકળી ગયા, ને મોઢું ઉઘાડું રહી ગયું. કટપીસ એને હળવેથી પલંગ પર ધક્કો મારીને ઓશીકાથી ગળું દબાવતો રહ્યો ક્યાંય સુધી.

"સાલી, એકદમ કમીની છે. પાછી ઊભી ન થાય એટલે ડબલ જોર કરવું પડે." શાંતિ એકદમ નિશ્ચેત થઈ ગઈ. કટપીસ એની બાજુમાં સૂતો, "યાર, તમે લોકો માનવાને બદલે મરવાનું કેમ પસંદ કરો છો?"

કટપીસે એની લાશ પર પગથી માથા સુધી ચાદર ઓઢાડી. એણે કાંડા ઘડિયાળમાં જોયું. અચાનક ઊભો થયો. હાથપગને સ્ટ્રેચ કર્યું. બંને હાથથી પકડીને માથું જમણે અને ડાબે ફેરવ્યું, "હવે સ્ફૂર્તિ બતાવવાનો સમય આવી ગયો છે. સુસ્તી જરાય ન પરવડે."

•

ઉજાગરા, ભૂખ, તરસ અને ચિંતાને લીધે અનન્યા. તેજસ, મોના અને યશ એકદમ હતોત્સાહ દશામાં પડ્યાં છે. એમાં એસ.આર.કે.ના મોતે ઉદાસી વધારી દીધી. અનન્યાનું ધ્યાન ગયું કે તેજસના ચહેરા પર જરાય હોશ જેવું નથી. એને ડર લાગ્યો કે ક્યાંક તેજસની તબિયત બગડી તો આ લોકો ડૉક્ટરને બોલાવવા નહીં દે. બાજુમાં જોયું તો મોના અને યશ લગભગ તંદ્રાવસ્થામાં લાગ્યાં.

અનન્યા બાજુમાં પડેલું મૅગેઝિન વીંઝીને હવા નાખવા માંડી. થોડીવારમાં તેજસે આંખ ખોલી. અનન્યા, મોના અને યશ સામે જોઈને એની આંખમાં ભીનાશ આવી ગઈ. એને પોતાના પરિવારના વીંધાયેલા ચહેરા દેખાવા માંડ્યા.

"ના, ના. તમને કંઈ નહીં થાય. હું કંઈ નહીં થવા દઉં. એ પહેલાં હું મારો જીવ આપી દઈશ. અનન્યા, તું... તું જરાય ફિકર ન કર. તને... યશ કે મોનાને કોઈ કંઈ નહીં કરી શકે."

અનન્યા સમજી ગઈ કે તેજસ પોતાને હિંમત આપતો નથી, બલકે પોતાના ભ્રામક ભયથી ફફડે છે. એને આ ફિયર ફોબિયામાંથી બહાર કાઢવો પડશે, નહીંતર આ ત્રણેય કંઈ કરે એ અગાઉ એની તબિયત જવાબ આપી દેશે, "તેજસ મને વિશ્વાસ છે કે તું મને કે કોઈને કંઈ નહીં થવા દે. સાચું કહું તો મને ડર લાગતો નથી, કારણ કે તું સાથે છો અને બીજું પણ એક કારણ છે."

"બીજું કારણ? એ શું?"

"હકીકતમાં કુદરતે આપણને બધાને મૂળભૂત સ્વરૂપે હિંમતવાન બનાવ્યાં છે. તને એની ખબર છે?"

તેજસે જવાબ ન આપ્યો. અનન્યાએ હળવેથી એનો હાથ પકડ્યો, "આ

મારી માન્યતા નથી. નક્કર વિજ્ઞાન છે. ધ્યાનથી સાંભળવા, સમજવા જેવી હકીકત છે, કહું?"

તેજસને નવાઈ લાગી કે અનન્યા આટલી બધી સ્વસ્થતા લાવે છે ક્યાંથી? તેણે ઇશારો કર્યો કે બોલ, શું કહેવું છે?

અનન્યાએ પ્રેમાળ માના ચહેરા પર હોય એવા ભાવ સાથે વાત માંડી, "એક સમાગમ વખતે પુરુષના વીર્ય એટલે કે સ્પર્મમાં ચાર કરોડ શુક્રાણુ એટલે કે સ્પર્મ હોય. હવે આ બધા શુક્રાણુ સ્ત્રીના ગર્ભાશયમાં જાય અને ચાર કરોડ બાળકો જન્મે એ તો શક્ય નથી."

"અનન્યા, આવા સમયે તું કેવી વાત લઈને બેઠી છો?" તેજસે ઉકળાટ અને રીસ સાથે સવાલ કર્યો.

"તેજસ, આ વાતને સેક્સના એંગલથી નહીં, કુદરતી ઘટનાક્રમની દૃષ્ટિએ જોવાનું રાખ. આ ચાર કરોડ શુક્રાણુ પાગલની જેમ આંધળી દોટ મૂકે, સ્ત્રીના ગર્ભાશય સુધી પહોંચવાની. સૌની મંઝિલ એક. બધા નથી પહોંચી શકવાના છતાં કોઈ પ્રવાસ ન છોડે. ત્યાં સુધીમાં માંડ 300થી 500 શુક્રાણુ જીવંત રહે. બાકીના થાકીને ખતમ થઈ જાય. માંડ મજબૂત અને સ્વસ્થ શુક્રાણુ જ સ્ત્રીના રજપિંડ સુધી પહોંચે છે..."

"અનન્યા પ્લીઝ, મને સમજાતું નથી કે આ બધું અત્યારે કહેવાનો અર્થ શો છે?"

"અર્થ એ છે કે એ ચાર કરોડ શુક્રાણુમાંથી મજબૂત, સ્વસ્થ અને નસીબદારોમાં આપણો સમાવેશ થાય છે. હા, વિચાર કર કે અંધારું હોય, ન પગ હોય, ન હાથ હોય, ન આંખ હોય, ન વિચાર હોય છતાં આપણે એ સૌથી કપરી મુસાફરી પૂરી કરી, એમાં સફળ થયા. અને માનવદેહ તરીકે જન્મ લીધો. ત્યારે નહોતું શિક્ષણ કે નહોતી કોઈ સમજ, બસ હતી એક માત્ર મંઝિલ. બસ એક જ ધ્યેય કે ત્યાં પહોંચવાનું ને આપણે પહોંચ્યા. તો વિચાર કર કે આપણે કેટલા બહાદુર છીએ અને એ પણ જન્મજાત. હવે આ મગતરા સામે ડરી જવાનું. ના, ના, મને મારામાં વિશ્વાસ છે, મારાં બાળકોમાં શ્રદ્ધા છે અને મારા તેજસને મારી સૌથી મોટી તાકાત માનું છું. સમજ્યો? આપણે ડરપોક નથી. આપણે હારવાનાં નથી."

તેજસ એકદમ ગળગળો થઈ ગયો. એના ચહેરા પર સ્મિત આવી ગયું, જેમાં જોશ હતું લડવાનું. માત્ર તંદ્રાવસ્થામાં પડેલા હોવાનો ડોળ કરતા મોના અને યશ પણ એકદમ ચાનક ચડી હોય એમ અચાનક ઊભાં થઈ ગયાં, "હા, આપણે લડીશું જ નહીં, જીતીને રહીશું." તેજસ અને અનન્યાએ હાથ ફેલાવીને બંનેને નજીક ખેંચીને પોતાની છાતીસરસા ચાંપી દીધાં. અનન્યાની અદ્ભુત સમજાવટ

અને દૃષ્ટાંતોને લીધે નિરાશાનું સ્થાન આશાએ, હતાશાનું સ્થાન ઉત્સાહે અને લાચારીનું સ્થાન મક્કમતાએ લઈ લીધું હતું. આ બધાની લાગણીને વાચા આપી યશે, "હવે ભલે ત્રણને બદલે ત્રીસ કે ત્રણસો સામે આવી જાય."

મોનાએ ભઈલાનો હાથ પકડીને ઊંચો કર્યો, "એવો જવાબ આપીશું કે જોશી પરિવારના ખુશાલી એપાર્ટમૅન્ટ તરફ નજર કરવાનીયે ફરી ક્યારેય હિંમત નહીં કરે."

આ જોશીલાઓને જાણ નહોતી કે પડકાર અને જોખમ એમની કલ્પના કરતા અનેકગણા તોતિંગ અને વધુ હતા. કહો કે ભાગ્યે જ આખા દેશમાં કોઈએ ઘરની અંદર આવી સ્થિતિનો સામનો કર્યો હશે, કલ્પના કરી હશે.

•

ડીસીપી પી. એન. જાડેજાને અનલિસ્ટેડ નંબર પરથી ફોન આવ્યો. જાડેજાને નેવું ટકા ખાતરી કે ફોન કોનો છે, "હલ્લો... યસ સર, વ્હૉટ? ઓ માય ગૉડ... સર, હું સંભાળું મિશન? આપના વિશ્વાસ બદલ આભાર, પણ સર, દાવ પર ઘણું લાગેલું છે..."

સામેથી અમર્ત્ય દાસે વિગતવાર બધું સમજાવ્યું, કારણો આપ્યાં અને બેકઅપ વિશે સમજાવ્યું. ડીસીપી જાડેજાને આનંદ જ નહીં, ગર્વ થયો કે આટલું મોટું મિશન પાર પાડવાની જવાબદારી છેક દિલ્હીથી પોતાને સોંપાઈ, "સર, શરીરમાં જીવ હશે ત્યાં સુધી હટે એ બીજા. આમેય અમારે મુંબઈગરાએ અને ભારતીય પ્રજાએ ઘણા હિસાબ ચૂકતે કરવાના બાકી છે. ખૂબ ચૂપ રહ્યા પણ..." દાસે વધુ થોડી સૂચના અને અઢળક શુભેચ્છા આપીને ફોન કટ કર્યો. જાડેજાએ તરત જ ફોન લગાડ્યો, "ધ્યાનથી સાંભળો ઇમાનદાર... બાંદ્રાના ખુશાલી એપાર્ટમૅન્ટ નજીક પહોંચો. ત્યાં પહોંચીને મને ફોન કરો."

પછી જાડેજાએ પોતાના થોડા કાબેલ અને વિશ્વાસુ માણસોને બોલાવીને જરૂરી સૂચના આપી. સાથે તાકીદ કરવાનું ન ચૂક્યા કે નાનીઅમથી ગફલતની આપણે બહુ મોટી કિંમત ચૂકવવી પડશે. બધા દશ મિનિટમાં તૈયાર થઈ જાઓ. પછી આપણે નીકળવાનું છે.

જોકે જાડેજાએ કોઈને માહિતી ન આપી કે જવાનું ક્યાં છે અને મિશન શું છે.

•

દિલ્હી અને મહારાષ્ટ્રના થોડા ચુનંદા અધિકારીઓ વચ્ચે ગરમાગરમી અને મહત્ત્વની ચર્ચાઓ થતી રહી. મુંબઈના પોલીસ કમિશનરનો ડાયરેક્ટ લૅન્ડલાઇન

નંબર અને મોબાઇલ નંબર પણ એક મોબાઇલ નંબર પર રિ-ડાયરેક્ટ કરી દેવાયો. એ નંબર હતો ઝોન નવના ડીસીપી જાડેજાનો. કદાચ મુંબઈ પોલીસના ઇતિહાસમાં પહેલીવાર આવું થયું હતું. આ વ્યવસ્થાથી કમિશનર ખુશ નહોતા. પોતાનો નંબર કોઈ જુનિયરના નંબર પર રિ-ડાયરેક્ટ કરાય અને પોતાને કારણ સુધ્ધાં ન જણાવાય, પણ ખુદ મુખ્યપ્રધાને સૂચના આપી હોય ત્યારે ના પડાય કેવી રીતે?

એ વખતે શહેરના પોલીસ કમિશનર તો ઠીક, મુખ્યપ્રધાન સુધ્ધાં જાણતા નહોતા કે અડધોક કલાકમાં દેશના રાષ્ટ્રીય સલામતી સલાહકાર અમર્ત્ય દાસ મુંબઈ ઍરપૉર્ટ પર ઊતરશે અને કોઈની નજરે ન ચડાય એવા રસ્તેથી બહાર નીકળી જશે. ખુદ દાસ પણ બાંદ્રા વેસ્ટમાં ખુશાલી ટાવરથી ચાર બિલ્ડિંગ દૂરના એક ખાલી ફ્લૅટમાં બનાવાયેલ કામચલાઉ વૉર રૂમમાં પહોંચવા તલપાપડ થઈ રહ્યા હતા. ડીસીપી જાડેજા એકદમ તાણ સાથે એ રૂમમાં આંટાફેરા મારી રહ્યા હતા. પોતાને સોંપાયેલી જવાબદારી એમને સપના સમાન લાગતી હતી. આ જવાબદારીનો ખૂબ ભાર લાગતો હતો. સાથોસાથ ગર્વ પણ થતો હતો. જાડેજા મનોમન વિચારતા હતા કે જીવ ભલે જાય, પણ આ મિશનમાં સફળતા મેળવવા સિવાયનો કોઈ વિકલ્પ ન ખપે.

•

અનન્યા અને તેજસ ચૂપચાપ બંને સંતાનોને જોઈ રહ્યાં હતાં. ચહેરા પર શાંતિ હતી, પણ માંહ્યલો એકદમ ઉત્તેજિત હતો. હવે કોઈનો ડર નહોતો. તેજસ ત્રાંસી નજરે અનન્યાને નિહાળતો હતો. પોતે કેટલો નસીબદાર કે આવી સમજુ, પ્રેમાળ અને હિંમતવાન પત્ની મળી. અનન્યાને હૈયે ટાઢક હતી કે હવે તેજસ ગમે તે સ્થિતિમાં પીછેહઠ નહીં કરે. પરિણામ જે આવે તે પણ એ લડત બરાબરની આપશે.

યશ એકદમ જોશભેર શહીદ ભગતસિંહના સંવાદો બોલી રહ્યો હતો, તો મોના એને તેજસ્વિની ડમી તરીકે રાણી લક્ષ્મીબાઈના સંવાદ બોલીને સપોર્ટ કરી રહી હતી.

•

બાજુની રૂમમાં જાનીકાકા આકુળવ્યાકુળ થતા હતા. તબિયતમાં વધુ સમસ્યા નહોતી, પણ નજર સામેથી દીકરા, પુત્રવધૂ અને પૌત્રના ચહેરા હટતા નહોતા. ત્રણેય કંઈક કહેવા માગતા હતા કે કંઈક માગી રહ્યા હતા.

જાનીકાકા ઉદાસ થઈ ગયા કે નથી પોતે એમને સાંભળી શકતા, નથી સમજી શકતા કે નથી કંઈ કરી શકતા. પેરેલિસીસની અસરવાળા પગમાં ન જાણે કેમ કંપન થતું હતું. એક હાથની મુઠ્ઠી ખૂલબંધ થતી હતી, તો બીજો હાથ વ્હીલચૅરના હેન્ડલ પર એટલું જોર કરતો હતો કે હેન્ડલ તૂટ્યું જ સમજો.

•

પોતાની રૂમમાંથી ઝડપી પગલે કટપીસ હૉલમાં આવ્યો. તેણે જૂનું મશીન લગાવ્યું હતું. ત્યાં સ્ટીક ફાસ્ટવાળું હૂક લગાવ્યું. એના પર કંઈક ટીંગાડ્યું અને પછી ભારતીય તિરંગો મૂકીને ઢાંકી દીધું. બરાબર સામેની ભીંત પર એ પ્રમાણે કર્યું. પછી ઔર એક ખૂણામાં એનું પુનરાવર્તન કર્યું. દૂરથી જોઈને લાગે કે તિરંગા ગોઠવ્યા છે. એ જોઈને કટપીસના ચહેરા પર સ્મિત આવી ગયું. તે ઘડિયાળમાં જોઈને બબડ્યો, "હવે પાંચેક મિનિટમાં તેજસ્વિની આવવી જોઈએ."

કટપીસ રૂમમાં ગાંડાની જેમ આંટાફેરા મારવા માંડ્યો. ખૂણામાં ટેબલ સામે મૂકેલી રિવૉલ્વિંગ ચૅર પર પ્રેમથી હાથ પેરવ્યો. પોતાની બૅગ હળવેકથી થોડે દૂર મૂકી, ને પછી હળવેથી બૂમ પાડી, "જોશી સાહેબ, પ્લીઝ, આવો બધા બહાર. અનન્યા મૅડમ... સાંભળો છો?"

તેજસ, અનન્યા, મોના અને યશ બહાર આવ્યાં. બધાં હળવે પગલે દાદરા ઊતરીને નીચે આવ્યાં. એ જ સમયે જાનીકાકા પણ વ્હીલચૅરને ધીમી ગતિએ હાંકીને રૂમની બહાર આવ્યા. તેઓ કઠેડા પાસે થોભી ગયા. હકીકતમાં તેમને સમજાતું નહોતું કે આ ઘરમાં શું થઈ રહ્યું છે? અજાણ્યા અને ન ગમે એવા માણસો કરી શું રહ્યા છે? પોતાને દીકરાની જેમ પ્રેમ કરતો એસ.આર.કે. કેમ દેખાતો નથી? જોશી પરિવારના દરેક સભ્યના ચહેરા પર ચોક્કસપણે કંઈક અકળામણ છે, ગભરામણ છે, પણ શેની? લાગણીવશ થઈને મને અહીં લઈ તો આવ્યા, પણ હવે તકલીફ થતી હશે? ના, ના, માણસો તો બહુ સારા છે. તો ચહેરા પર વર્તાય છે એ શું હશે?

તેજસ, અનન્યા, મોના અને યશ નીચે આવ્યાં. ચૂપચાપ ઊભા રહ્યાં. કટપીસે જઈને હસીને તેજસ સામે જોયું. તેજસના હાથ પકડીને એકદમ પ્રેમપૂર્વક બોલ્યો, "જોશી સાહેબ, થૅન્ક્યુ વેરી મચ. સાથોસાથ આપને પડેલી તકલીફ બદલ દિલગીરી વ્યક્ત કરું છું."

કોઈને કંઈ સમજાયું નહીં. કટપીસે ચારેય સામે જોયું, "મારે ચારેયને એ જ કહેવાનું છે, બિગ થેન્ક્યુ ઍન્ડ રિઅલી સૉરી." તેજસે એક ડગલું આગળ

વધીને હિંમત કરી, "એ બધું તો ઠીક છે, પણ હવે તમારું કામ પતાવો એટલે અમારો છુટકારો થાય. નિરાંતે જીવવાનું શરૂ કરી શકાય."

"જોશી સાહેબ, માત્ર નિરાંતે નહીં, એકદમ વટથી જીવી શકશો. ગુડ ન્યૂઝ છે તમારા સૌ માટે."

અનન્યાએ કુતૂહલ વ્યક્ત કર્યું, "પેલું મશીન રિપેર થઈ ગયું?"

"હવે એ મશીનની જરૂર નથી, કારણ કે બૅન્ક લૂંટવાનું ઑપરેશન રદ કરાયું છે."

મોના માની ન શકી, "વ્હૉટ?" તેજસને લાગ્યું કે આ માણસ મજાક કરે છે. "જો ભાઈ કટપીસ, અમે જરાય મજાકના મૂડમાં નથી."

"મજાક નથી આ જોશી સાહેબ. અમારા કમાન્ડર સાહેબનો ઑર્ડર આવી ગયો કે હવે બૅન્ક લૂંટવાની નથી."

અચાનક રૂમમાંથી બહાર આવેલા માસ્ટરે આ સાંભળ્યું, "બૅન્ક નથી લૂંટવાની એટલે? તો આપણે શું અહીં પિકનિક કરવા આવ્યા હતા આટલું જોખમ લીધું, આ લોકોને પરેશાન કર્યા, મને દાળમાં કંઈક કાળું લાગે છે. કટપીસ, સાચું બોલ સચ્ચાઈ શી છે? મશીન રિપેર નથી થતું?"

"સચ્ચાઈ એક જ છે કે કમાન્ડરનો જે ઑર્ડર છે એનું પાલન કરવું પડે."

"પણ આપણે... મેં અને શાંતિએ લીધેલા જોખમના વળતરનું શું?"

"શાંતિને હવે કોઈ ફરિયાદ નથી. તેને ધાર્યા કરતા અનેકગણું મળી રહેશે, એ મારી ગૅરન્ટી."

"પણ બૅન્ક લૂંટ્યા વગર કેવી રીતે શક્ય બનશે?"

એ સમયે ડોરબૅલ વાગી. કટપીસે દરવાજા તરફ આંગળી ચીંધી, "આવી ગયો તારો જવાબ."

12

તેજસ્વિની બખ્તાવરે ખુશખુશાલ મૂડ અને મઘમઘતા વ્યક્તિત્વ સાથે દરવાજા સામે જોયું. પોતાને રાણી લક્ષ્મીબાઈનો રોલ અપાવનારો, એના માટે પ્રોત્સાહિત કરનારો અને નવો પણ વહાલો મિત્ર યશ પેલી તરફ હશે, "પ્રેમબ્રેમ તો નથી ને આ તેજસ્વિની?." અંદરથી સવાલ ઊઠ્યો અને એ કૃત્રિમ ગુસ્સો કરવા માંડી, "શટઅપ, હજી તો અમે માંડ પંદરના છીએ હોં. નો ટાઇમ ફૉર લવ." ફરી અંદરથી મીઠો ટહુકો ઊઠ્યો, "મે બી ક્રશ." તેજસ્વિનીને મનોમન ગમ્યું પણ મોઢું બગાડ્યું. એ જાણતી હતી કે દિલની ધડકન વધી રહી છે. હથેળીમાં પરસેવો વળી રહ્યો છે કદાચ.

રૂપાળી, નાજુક, નમણી, પાતળી અને નામ પ્રમાણે તેજસ્વિની. છોગામાં ઉપરાષ્ટ્રપતિ બખ્તાવરની પૌત્રી, પણ ના આ ઓળખનો ભાર એના વ્યક્તિત્વ પર કે ના ઓળખનો ક્યારેય ઉપયોગ કે ઉલ્લેખ કરે. દાદા અને મમ્મી-પપ્પાએ ગળથૂથીમાં સમજાવ્યું કે ઓળખ તો પોતાની બનાવવી પડે, ઉધારની કે વારસાની ઓળખ શી કામની?

દરવાજો ખૂલતા વિચારોને એકદમ બ્રેક લાગી. સામે યશ દેખાયો, "વેલકમ. અંદર આવી જા." અડધો દરવાજો ખોલીને યશે વાક્ય પૂરું કર્યું. તેજસ્વિનીને થયું કે યશના આવકારમાં ઉમળકો ઓછો છે. ના, ના, તબિયતને કારણે હશે કદાચ. તેણે યશને સ્માઇલ આપ્યું,, "કેવી છે તબિયત હવે?"

"આઇ એમ ફાઇન. થેંન્ક્યુ." યશનો યંત્રવત્ જવાબ સાંભળીને સાથે ચાલતી તેજસ્વિની એના કાનમાં બોલી, "થોડા સ્માઇલ સાથેય આ કહી શકાય હોં."

"વેલકમ, વેલકમ યંગ લેડી." કટપીસે એકદમ ઊંચા અવાજે હરખ વ્યક્ત કર્યો. તેજસ્વિનીએ યશ સામે જોયું. આ ચહેરો નવો લાગ્યો, અજાણ્યો પણ. યશ કંઈ જવાબ આપે એ પહેલાં કટપીસ આગળ આવ્યો, "બેટા તેજસ્વિની,

હું યશનો અંકલ છું, થોડો દૂરનો, પણ સંબંધમાં દૂર શું અને નજીક શું? જો અત્યારે આપણે એકમેકને અજાણ્યા ગણીએ છીએ, પણ ગમે તે ઘડીએ કોઈ ઊંડો સંબંધ નીકળી પડે પણ ખરો."

અનન્યા આગળ આવી, "તેજસ્વિની, નિરાંતે બેસ. તું શું લઈશ?"

તેજસ્વિની જવાબ આપે એ અગાઉ કટપીસે ફટાક કરતા ટેબલ સામેની રિવૉલ્વિંગ ખુરશી એક હાથથી ખેંચી લીધી, "બેસ, રિલેક્સ થા. ટૅન્શન સારું નહીં."

"શેનું ટૅન્શન અંકલ?"

"રિહર્સલનું ટૅન્શન."

"અંકલ, મારી ફૅમિલીની ડિક્શનરીમાં ટૅન્શનનો ટી રાખ્યો જ નથી."

"અરે ક્યારેક રિહર્સલમાં અણધાર્યું બને તો..."

"એ જ તો સાચી કસોટી છે. અમે ઘણીવાર ટ્રેનમાં લાંબી મુસાફરી વગર રિઝર્વેશને કરી લઈએ. ફર્સ્ટ ઑફ ઑલ, તેજસ અંકલ અને અનન્યા આન્ટીને થૅન્ક્સ કે યશને તાવ હોવા છતાં પ્રોગ્રામમાંથી ડ્રોપ થવાનો આગ્રહ ન કર્યો અને મને ઘરે બોલાવી."

કટપીસે ઇશારો કર્યો એટલે તેજસ માત્ર સ્માઇલ આપીને દૂર ગયો. અનન્યાએ ઇશારાની અવગણના કરીને તેજસ્વિનીના માથે પ્રેમથી હાથ ફેરવ્યો. દરવાજા પાછળથી બધું સાંભળતા માસ્ટરને તાલાવેલી હતી કે બૅન્ક લૂંટ શા માટે નથી કરવાની? આ છોકરી જાય એટલે સાફ અને સખત શબ્દોમાં પૂછવું પડશે કટપીસને, પણ એ બેવકૂફે આ છોકરીને આવવા કેમ દીધી અહીં? ને પાછો હવે એની આળપંપાળ કરે છે. જાનીઅંકલ ચૂપચાપ પ્રેક્ષક બનીને ઉપરથી બધું જોઈ રહ્યા. એમને કંઈ સમજાતું નહોતું.

કટપીસ હળવે પગલે તેજસ્વિનીની ખુરશી પાસે ગયો, "મને વર્લ્ડ થિયેટરનો થોડો અનુભવ છે. એવા ડ્રામા કરીએ કે દુનિયા પ્રેક્ષક બનીને ચૂપચાપ જોતી રહે. એટલે તારા અને યશના ડાયલોગને વધુ અસરકારક અને ડ્રામેટિક બનાવવા મેં સજેશન્સ કર્યાં, જે યશને બહુ ગમી ગયાં. તારા માટે બે સરપ્રાઇઝ છે. નંબર વન છે આ." કટપીસે ખિસ્સામાંથી રિવૉલ્વર કાઢી, "યશ નકલી મૂછ લગાવવા સાથે હાથમાં આ રિવૉલ્વર રાખશે એટલે વ્યક્તિત્વમાં જોશ લાગે."

તેજસ્વિની તરફ પીઠ કરીને કટપીસે પોતાના નાક પર રિવૉલ્વરનું નાળચું મૂકીને સૌને ચૂપ રહેવાની તાકીદ કરી. બધાએ માત્ર હકારમાં માથું હલાવ્યું.

તેજસ્વિનીને આઇડિયા ગમ્યો. કટપીસ એની તરફ વળ્યો, "માત્ર યશ માટે નહીં, તારા માટેય થોડું વિચાર્યું છે. રાણી લક્ષ્મીબાઈ સાવ એમ ને એમ ઊભા

ઊભા ડાયલોગ બોલે એના કરતાં કંઈક વધુ કરીએ તો કેવું?" કટપીસ ઉતાવળે બૅગમાંથી જાડી રસ્સી કાઢીને તેજસ્વિનીની રિવૉલ્વિંગ ખુરશીની આસપાસ ફરવા માંડ્યો. ત્રીજા ફેરા બાદ તેણે ખુરશીની પાછળ રસ્સી ખેંચીને ગાંઠ બાંધી દીધી. કંઈક બરાબર ન લાગતા રસ્સી જોશભેર ખેંચીને ગાંઠ ફરીથી મારી. તેજસ્વિનીના કોમળ બાવડા પર રસ્સી ખૂંચતી હતી, પીડા આપતી હતી.

હાથમાં રિવૉલ્વર લઈને કટપીસ હસતા મુખે તેજસ્વિનીની સામે આવ્યો, "બંધાયેલી અવસ્થામાં રાણી લક્ષ્મીબાઈ મુક્તિ માટે લલકાર કરશે તો વધુ બહાદુર લાગશે કે નહીં? તને કંઈ તકલીફ તો નથી થતી ને?"

"થોડી છે તકલીફ, પણ નો પ્રૉબ્લેમ."

"ગુડ. પ્રોમિસ આપું છું કે આ તકલીફ લાંબો સમયની નથી. બહુ ઓછા સમયની પીડા છે." હવે કટપીસના પગમાં જોશ આવી ગયું. એ હસતે ચહેરે તેજસ પાસે ગયો, "જોશી સાહેબ, આપનો મોબાઇલ ફોન ઉપાડી હું કહું એ નંબર ડાયલ કરો."

કટપીસના આ ટૉન અને આદેશથી તેજસ્વિનીને થોડું આશ્ચર્ય થયું. તેજસે મોબાઇલ ફોન ઉપાડ્યો. કટપીસે એના હાથમાંથી ફોન આંચકીને એક નંબર ડાયલ કર્યો. થોડીવારમાં સામેથી ફોન રિસિવ થયો. કટપીસની આંખમાં ચમક આવી ગઈ.

"કમિશનર... મુંબઈનો પોલીસ કમિશનર બરાબર?"

"હા, એમનો નંબર છે આ. તમે કોણ?"

"ફાલતુ સવાલ નહીં. કહું એટલું સાંભળવાનું, બરાબર?"

"પણ બોલે છે કોણ?"

"તને સાદા શબ્દોમાં ન સમજાતું હોય તો કોઈને ગોળી મારું એની મરણતોલ ચીસ સમજાશે?"

હવે તેજસ્વિનીને ગભરાટથી પરસેવો વળવા માંડ્યો. માસ્ટર એકદમ બહાર દોડી આવ્યો. એ નજીક જાય એ પહેલાં કટપીસે રિવૉલ્વરની અણીએ એને ચૂપ રહેવા સમજાવ્યો. તેજસ, અનન્યા, મોના અને યશને આ નાટ્યાત્મકતાએ એકદમ મૂઢ કરી નાખ્યાં.

કમિશનરના ફોન પરથી ધીમો પ્રતિસાદ આવ્યો, "બોલો."

"બે વિકલ્પ આપું છું. એમાંથી એક પસંદ કરવાનો છે સમય વેડફ્યા વગર, ઓકે?"

"હા જી..."

"તમારા માટે જરાય કામનો નથી એવો સરદર્દ જેવો એક માણસ મને સોંપી દો અથવા અનેક નિર્દોષોની લાશ ગણવા આવી જાઓ."

"કયા માણસને સોંપવાનો છે?"

"મોહમ્મદ અજમલ કસબ."

"શું? પેલો પાકિસ્તાની આતંકવાદી?"

"હા, એ જ. નકામો જેલમાં તમારા રોટલા તોડે છે, બિરયાની ઝાપટે છે, સલામતી રાખવાની ઝંઝટ..."

"તમે સમજો છો કે આ આસાન નથી. મારે હોમ મિનિસ્ટરને પૂછવું..."

"એક મિનિટ. તું હોમ મિનિસ્ટરને પૂછશે, એ ચીફ મિનિસ્ટરને, એ પાછો સેન્ટરના હોમ મિનિસ્ટરને જણાવશે અને એ દોડશે પ્રાઇમ મિનિસ્ટર પાસે. જે કરવું હોય એ કરો. મને કસબ જોઈએ, એક કલાકમાં."

"ખૂબ ઓછો સમય છે આ."

"હશે કદાચ. અને કલાક પછી દર અડધા કલાકે એક-એક માણસના માથા કે છાતી ગોળીથી વીંધાતાં જશે. આ ઘરમાં જ છ જણા છે એ પતે પછી જે થશે એની કલ્પનાય તું નહીં કરી શકે. યૉર ટાઇમ સ્ટાર્ટ્સ નાઉ."

કટપીસે ફોન કટ કરી નાખ્યો. ઉપર જાનીકાકાને પોતાના કાન પર વિશ્વાસ ન બેઠો. હકીકતમાં તેજસ, અનન્યા, મોના, યશ અને તેજસ્વિની તો ઠીક, ખુદ માસ્ટર હતપ્રભ થઈ ગયો. માસ્ટર એકદમ ધસી ગયો, પણ એને રોકીને કટપીસે કમિશનરનો નંબર રિ-ડાયલ કર્યો. સામેથી તરત જ કૉલ રિસિવ થયો.

"હલ્લો..."

"અરે, મારી ઉત્તેજનામાં અને તારા ગભરાટમાં મેઇન વાત તો કહેવાની રહી ગઈ."

"બોલો..."

"અરે કસબને ન સોંપ્યો કે સોંપવામાં વાર કરી તો પહેલી લાશ પડશે દેશના આદરણીય ઉપ રાષ્ટ્રપતિની પૌત્રી તેજસ્વિનીની બખ્તાવરની..."

"વ્હૉટ? એ તારા, તમારા કબજામાં છે એની ખાતરી શું? મને વીડિયો કૉલથી ખાતરી કરાવો."

"શર્ત અને માગણી હું કરીશ. ફરી ભૂલ ન થાય. એની સાથે વાત કર."

કટપીસે તેજસ્વિનીના મોઢા પાસે મોબાઇલ ફોન ધર્યો. એ માંડ માંડ બોલી, "હલ્લો..."

"બેટા, તું કોણ છો?"

"તેજસ્વિની..."

"વાઇસ પ્રેસિડન્ટની ગ્રાન્ડ ડૉટર?"

"હા, અંકલ પ્લીઝ, સેવ મી."

સામેથી જવાબ આવે એ પહેલાં કટપીસે ફોન લઈ લીધો, "કમિશનર, આ સ્કૂલ કે હોસ્ટેલમાં નથી. તપાસનો ટાઇમ બગાડવો હોય તો તારી મરજી."

"પણ પ્લીઝ, એ તો કહો કે તમે કોણ છો?"

"પાછો સવાલ. જવાબ મળશે યોગ્ય સમયે. હવે કામે લાગી જા." કટપીસે ફોન મૂકી દીધો.

કટપીસ આતંકવાદી હોવાનું જાહેર થયું એટલે તેજસના શ્વાસ ફૂલવા માંડ્યા. અનન્યા સમજી ગઈ કે આ જોખમ સાથે ભૂતકાળની ભૂતાવળ અને માનસિક ભય હવે તેજસને એકદમ ખતમ કરી નાખશે. તાત્કાલિક એનું ધ્યાન અન્ય બાબત પર હરાવવું પડશે નહીંતર કટપીસ કંઈ કરે એ અગાઉ તેજસ તન-મનથી સાવ ખતમ થઈ જશે. કંઈક કરવું પડશે. એકદમ ગભરાઈને હાઈપર થઈ ગઈ હોય એમ અનન્યા અહીંથી ત્યાં આંટા મારવા લાગી. એનો ચહેરો પરસેવેથી રેબઝેબ થઈ ગયો. એની ચકળવકળ થતી આંખો સતત તેજસ, મોના, યશ અને તેજસ્વિની પર ફરવા માંડી. એ કટપીસને ઘૂરતી રહી. ત્રણેય બાળકો માટે એકદમ ઓવર પ્રોટેક્ટિવ થઈ ગઈ. મોના અને યશના હાથ પકડીને પોતાની પાસે બેસાડી દીધા.

અચાનક અનન્યાએ પોતાનું ગળું પકડી લીધું. એ હાંફવા માંડી. ઊભી થઈ ગઈ "પાણી પાણી" કરતી રસોડા ભણી દોડી ગઈ. તરત પાણીની બૉટલ લઈને આવી. ઢાંકણું ખોલીને બૉટલ મોઢે માંડીને બે ઘૂંટડા પાણી પીધું. થોડું પાણી એના હોઠ પર થઈને કપડા પર ઢોળાયું.

અચાનક અનન્યા રડવા માંડી, "તેજસ... તેજસ... એસ.આર.કે.ને મારી નાખ્યો. હવે એક પછી એક બધાને મારી નાખશે આ રાક્ષસ... આપણને બધાને મારી નાખશે... એ કોઈને નહીં છોડે..."

તેજસે એને હાથ લંબાવીને પોતાની પાસે બોલાવી. અનન્યા એની પાસે ગઈ. તેજસ એને જોઈ રહ્યો. ધીમેથી એનો હાથ પકડી લીધો. અનન્યાએ ઝાટકા સાથે તેજસથી હાથ છોડાવી લીધો. "તેજસ ધ્યાનથી સાંભળ. તને ગોળીબારના અવાજ સંભળાતા નથી? બાઘાની જેમ જુએ છે શું? નીચો નમી જા... માથું નીચું રાખ, પ્લીઝ... મને તો મારી લોહીલુહાણ લાશ દેખાય છે... અને પેલું કોણ પડ્યું છે? એના શ્વાસ ચાલતા લાગે છે ને? ના, ના, યશ તું મારી પાસેથી હટતો નહીં. મોના, મોના... ક્યાં છે મોના?"

મોના મમ્મીનો હાથ પકડી લે છે, પણ અનન્યા ધક્કો મારી દે છે, "મારી મોનાને બોલાવ. જા જલદી..." તેજસે સહેજ ખસીને અનન્યાને જોરદાર તમાચો ચોડી દીધો. અનન્યા એને ભેટી પડી. તેજસ ધીમેથી એના કાનમાં બોલ્યો, "તને

કંઈ નહીં થવા દઉં... કોઈને કંઈ નહીં થાય... હું બેઠો છું ને? પ્લીઝ રિલેક્સ."

તેજસની પીઠ પર આંસુ સારતી અનન્યાના ચહેરા પર હળવું સ્મિત આવી ગયું, "મારા હાઇપર થવાની તાણથી તેજસનું ફોકસ પોતાના ભૂતકાળ અને ભય પરથી હટી ગયું." અચાનક અનન્યાનાં દુઃખનાં આંસુ બની ગયાં ખુશીનાં.

કટપીસ આતંકવાદી હતો છતાં એની સામે કોઈ દયાની ભીખ માગવાને ઇરાદે જોતું નહોતું. તેજસની આંખમાં ખુન્નસ હતું. અનન્યા કંઈક કરી છૂટવા મક્કમ બની. મોનાને થતું કે નિશાનબાજીમાં ઍવૉર્ડ પછી જીતાશે, પણ આની સામે ઝઝૂમી તો હું ખરી. નાનકડો યશ છાતી ફુલાવવા માંડ્યો. ભગતસિંહનો રોલ ભજવવા અગાઉ અસલી બહાદુરી બતાવવાનો અવસર મળ્યો. તેજસ્વિનીને બાંધી રાખી હતી, માથા પર રિવૉલ્વર મુકાઈ હતી અને મોત જાણે જડબું ફાડીને ઊભું હતું છતાં જરાય ગભરામણ થતી નહોતી. આ વાતની એને ખુદને નવાઈ લાગતી હતી ને કારણ પણ સમજાતું નહોતું.

•

કામચલાઉ વૉર રૂમમાં રાષ્ટ્રીય સલામતી સલાહકાર અમર્ત્ય દાસ, એન. એસ. જી. કમાન્ડો યુનિટના કૅપ્ટન અને ડીસીપી જાડેજા કટોકટીની પળ સાચવી લેવાની ચર્ચામાં ગળાડૂબ હતા. કટપીસે તેજસના મોબાઇલ ફોન પરથી કરેલા કૉલને લીધે એનું લોકેશન મળી ચૂક્યું હતું.

દાસનો વન પૉઇન્ટ પ્રોગ્રામ કે આગ્રહ એટલો જ. બધાને જીવતા બચાવો, અંદર ઘૂસેલાને ખતમ કરી નાખો, પણ એ રીતે કરવાનું કે કોઈને ખબર ન પડે. તેજસ જોશીની બાજુના ફ્લૅટવાળાને ય જાણ સુધ્ધાં ન થાય. ત્યાં બેઠેલા સૌ સમજતા હતા કે આ મુશ્કેલ નહીં, અશક્ય છે, અસંભવ છે.

આટલી ભયંકર સ્થિતિમાં બેમાંથી એકેય પક્ષ ગોળી ન ચલાવે એ કેવી રીતે બને? કદાચ આપણે ગોળી ન ચલાવીએ અથવા સાયલેન્સરવાળી ગનનો ઉપયોગ કરીએ, પરંતુ અંદર જેમણે કબજો જમાવ્યો છે એ શા માટે કોઈની સાડાબારી રાખે? એમને આંચકો આપવો છે, દુનિયાને બતાવી દેવું છે. ઢોલ-નગારાં વગાડીને ભારતની ફજેતી કરવી છે, તો એ શાંત રહે શું કામ? એમની પાસે રિવૉલ્વર ઉપરાંતના વિસ્ફોટક હોઈ શકે.

દાસ કોઈ વાત સમજવા, માનવા કે સ્વીકારવા તો ઠીક, સાંભળવાય રાજી નહોતા, "જેન્ટલમૅન, હું તમારી સ્થિતિ સમજું છું, પણ સવાલ આપણી એટલે કે દેશની આબરૂનો છે. કસબ ઍન્ડ ગૅંગ આપણા દેશના નાક સમાન મુંબઈ પર આતંકવાદી હુમલો કરે એના પછી આ ટૅરરિસ્ટને છોડાવવાનો પ્રયાસ થયો

એ બહાર આવે તો આપણે ખૂબ નીચાજોણું થાય. પ્રજામાં અસલામતી ઘર કરી જાય. માંડ એ હુમલાથી બહાર આવ્યા આપણે. હું સમજું છું કે એક-એક નાગરિક, એક-એક જાહેરસ્થળ માટે 24 કલાક સલામતી વ્યવસ્થા ન થઈ શકે. આ હોસ્ટેજ ડ્રામાનો એકદમ ચૂપચાપ, તદ્દન શાંતિપૂર્વક અંત લાવવાનો છે અને એ પણ આપણી તરફેણમાં. અંદર ઘૂસેલા ત્રાસવાદીઓ ધમાચકડી મચાવીને માર્યા જાય તો પણ આપણે જીતેલી બાજી હારી જઈએ. આપણું મિશન એક જ છે. વિક્ટરી ઍન્ડ સાયલન્ટ વિક્ટરી એટ એની કોસ્ટ."

•

કટપીસે મુંબઈના કમિશનર સાથે વાત કરી લીધી. એ જાણતો નહોતો કે હકીકતમાં ડીસીપી જાડેજા એની સાથે થોડે દૂર આવેલ બિલ્ડિંગમાંથી વાત કરતા હતા.

કટપીસની વાતચીત સાંભળીને માસ્ટરના પગતળેથી જમીન સરકી ગઈ. એને પોતાના કાન પર અને આંખ પર લેશમાત્ર વિશ્વાસ ન બેઠો. તેણે માથાને એક ઝાટકો આપ્યો અને એ એકદમ કટપીસ પાસે પહોંચી ગયો, "આ શું મજાક છે?"

"શાંતિને અને મને તારે જવાબ આપવો પડશે."

"શાંતિ હવે સવાલ કરવાની નથી અને તમારે જવાબની શી જરૂર છે, ભાઈજાન?"

"ભાઈજાન?"

"હા, તમે મુસલમાન છો એટલે જ આ મિશન માટે પસંદગી કરી."

"સમજ્યો નહીં હું..."

"બૅન્ક લૂંટવાનું તો નાટક હતું. તેજસને અંડરવર્લ્ડની ધમકી મેં જ આપી હતી કે જેથી એ કે ઘરનું કોઈ બહાર ના નીકળે. એની ગાડીમાંથી પેટ્રોલ જ ખાલી કરી નાખ્યું કે જેથી કોઈ ભાગી ન શકે. અહીં ઇન્ડિયાના વાઇસ પ્રેસિડન્ટની ગ્રાન્ડ ડૉટરને બોલાવવા માટે જ આપણે પધાર્યા હતા. એ મૂળ મિશન હતું. હવે કસબને લઈ આવે એટલે આપણું મિશન પૂરું ને ભાઈજાન, તમે પૈસાની ફિકર ન કરતા. માલામાલ થઈ જશો. તમે બોલો ત્યાં સેટ કરાવી દઈશ. દુબઈ કે તમે કહો ત્યાં. કરાચી ફાવશે?

કટપીસે શૈતાની અટ્ટહાસ્ય કર્યું. માસ્ટર ફાટી આંખે એને જોતો રહ્યો, "એટલે એટલે તું પાકિસ્તાની છો?"

"એમ માનો કે આપણે બંને મુસલમાન છીએ. ભાઈ છીએ ભાઈ."

"હું હજી આ બધું માનતો નથી. મારે કમાન્ડર સાથે વાત કરવી છે."

કટપીસ એની નજીક ગયો, "લો ભાઈજાન, મારો મોબાઇલ ફોન. એમાં એક જ નંબર છે. કમાન્ડરનો. કરો એ ડાયલ. તમારી રીતે તસલ્લી કરી લો. હું દૂર ઊભો છું."

કટપીસ થોડો દૂર ઊભો રહ્યો. એટલે માસ્ટરે ફોન નંબર ડાયલ કર્યો. થોડીવારમાં સામેથી અવાજ આવ્યો, "હલ્લો માસ્ટર, કેમ છે તું?"

માસ્ટર મૂંઝાઈ ગયો. તેણે જોયું તો સામે ફોન કટપીસે ઉપાડ્યો હતો. કટપીસ હસતો હસતો નજીક આવ્યો, "હું જ કટપીસ અને હું જ કમાન્ડર. આ મારું મિશન છે, મારું સપનું છે."

માસ્ટરે જોરથી ફોન પછાડ્યો, "મારે આવા કોઈ મિશનનો હિસ્સો બનવું નથી જે મારા દેશના વિરોધમાં હોય. સમજ્યો તું?"

"ભાઈજાન, ગુસ્સા છોડો. આ દેશે શું આપ્યું મુસલમાનોને?"

"ચૂપ, એકદમ ચૂપ. મોહમ્મદ રફી, ડૉ. અબ્દુલ કલામ, બિસમિલ્લા ખાન, અઝહરુદ્દીન, આમીર ખાન, સલમાન ખાન, શાહરૂખ ખાન, કેટકેટલા નામ ગણાવું? આવા અનેકને આખા દેશે સ્વીકાર્યા, પ્રેમ કર્યો ને માથે બેસાડ્યા."

"ભાઈજાન, આ તો થોડાં નામ, થયાં આમ મુસલમાનનું શું?"

"તમારા પાકિસ્તાન કરતા અહીંના મુસલમાન ખુશ છે. સુખી છે અને સલામત છે. બીજી એક વાત, હું લૂંટ માટે ભલે સાથે આવ્યો, પણ હવે તારી સામે છું."

"ભાઈજાન, સમજો જરા. મારી સાથે ન આવવું હોય તો જતા રહો અહીંથી, ખુશ?"

"જઈશ, પણ આખા ફેમિલીને સલામત રીતે લઈને, સમજ્યો?"

"તો તારી હાલત શાંતિ જેવી થશે માસ્ટર."

"એટલે?"

"એ અંદર પડી છે મરેલી હાલતમાં. ઇચ્છા નથી કે તને મારી નાખું. મિશન પતે પછી અહીંથી નીકળવાની વ્યવસ્થા પણ થઈ ચૂકી છે. કલાક-બે કલાકનો સવાલ છે. પછી તારે સમૃદ્ધિમાં આળોટવાનું છે."

"દેશદ્રોહ કરીને સમૃદ્ધિ તો ઠીક, કુબેરનો ખજાનોય ન ખપે મને..."

"ભાઈજાન, પૈસા માટે નહીં તો મજહબ માટે, ઇસ્લામ માટે..."

"ના, આ ઇસ્લામ નથી. આ આતંકવાદ છે. સમજ્યો?" માસ્ટર ગુસ્સામાં કૂદ્યો, પણ કટપીસ ચપળતાથી હટી ગયો, "મને લાગે છે કે તું નહીં માને. તો લે આ ઇનામ." કટપીસે સાયલેન્સરવાળી રિવૉલ્વરમાંથી બે ગોળી છોડી. બંને માસ્ટરની છાતીમાં ખૂંપી ગઈ. માસ્ટર ઢળી પડ્યો.

"યા અલ્લાહ... ઐસે નાદાનોં કો અક્કલ દે..." માસ્ટરે તેજસ સામે જોયું,

"જોશીસાહેબ, માફ કરના... ગલત કામ કે લિયે ગલત આદમીઓં કે સાથ આપ કે ઘર મેં ઘૂસા... ઇસકે લિયે મુઝે દોજખ મેં જાના પડેગા તો ભી કોઈ શિકવા નહીં... પ્લીઝ, આપ ઇસ સે લડના... ઔર હો સકે તો મુઝે માફ કરના... ઇસ કો જિંદા મત છોડના..."

કટપીસ નજીક આવીને માસ્ટર પાસે બેસી ગયો, "સાલા ગદ્દાર..." તેણે માથા પર રિવૉલ્વર મૂકીને પૉઇન્ટ બ્લૅન્કથી ગોળી છોડી. માસ્ટરની ખોપરીમાં કાણું પડી ગયું. ચારે બાજુ લોહીના છાંટા ઊડ્યા.

બધા એકદમ હેબતાઈ ગયા. તેજસ નીચે બેસી ગયો. ધીમે ધીમે પાછળ હટતો એ ખૂણામાં ગયો. બાજુમાં પડેલી કોતરકામવાળી ટિપૉય પર હાથ ટેકવીને હાંફવા માંડ્યો. અનન્યા એની નજીક પહોંચીને દુપટ્ટાથી હવા નાખવા માંડી.

13

કટપીસ માથું પકડીને સોફા પર બેસી ગયો, "માય ગૉડ... કિતના ફૅમિલી ડ્રામા? અનન્યા ઊઠો ઉસકે પાસ સે... ઉસે કુછ નહીં હોગા અભી. આઈ ટુ લવ યૉર ફૅમિલી વેરી મચ. કિસી એક કી મૌત બાકી કે સબ બર્દાશ્ત નહીં કર પાયેંગે. ઇસ લિયે મૈંને સબકે બારે મેં સોચ રખા હૈ. ઐસા પ્લાન હૈ કિ સબ ખુશ હો જાઓગે, એક સાથ સુખી હો જાઓગે... ઔર ઉપર ભી હાથ મેં હાથ ડાલકે ગાઓગે... હમ સાથ સાથ હૈ..."

અનન્યા ઊભી થઈ ગઈ. એના વ્યક્તિત્વમાં અકડ, ચાલમાં તેજી અને જીભમાં ધાર આવી ગઈ, "તેં શું પ્લાન કર્યું છે?"

"સ્ટોરી લાગે છે તને કે આગળના ટર્ન્સ ઍન્ડ ટ્વીટ્સ પૂછે છે? જો ઘરમાં તને જે જગ્યાએ તમારો તિરંગો દેખાય છે એની નીચે ટાઇમ બૉમ્બ છે. ટાઇમ સેટ કરવાનો જ બાકી છે."

"એટલે?"

"એ જ કે જતી વખતે પાંચ-દસ મિનિટનું ટાઇમર સેટ કરીને હું રવાના. પછી એક જ ધડાકો તમે બધા... અને બિલ્ડિંગનાય ઘણા ખતમ. ગ્રેટ પિકનિક માટે નીકળી પડશે ઘણા તમારી સાથે."

અનન્યા જરાય ગભરાયા વગર એની સામે બેસી ગઈ, "હું મોતથી ડરતી નથી. આર્મીવાળાની બેટી છું, પણ તને લાગે છે કસબ જેવા નામચીન આતંકવાદીને લઈને તું અહીંથી ભાગી શકીશ?"

કટપીસ ખડખડાટ હસવા માંડ્યો. બેવડ વળી ગયો હસીહસીને, "જો... જો સાંભળ. મરતાં પહેલાં બધું જાણી લેવાની અધૂરી ઇચ્છા સાથે મારે તમને બધાને ઉપર મોકલવા નથી. બિકોઝ... બિકોઝ આઇ લવ યુ વેરી મચ."

"બકવાસ બંધ કર." અનન્યા તાડુકી.

કટપીસ ડાહ્યાડમરા વિદ્યાર્થીની જેમ અદબવાળીને ઊભો રહી ગયો, "મૅડમ, હકીકત એ છે કે કસબને જીવતો લઈ જવાનો જ નથી. એ બેવકૂફ જીવતો પકડાયો, પાકિસ્તાન ઉઘાડું પડી ગયું અને હવે બધી માહિતી આપી દેવાનો છે. હું એને બચાવવા નહીં, મારવા આવ્યો છું મારવા. તમારા બધા સાથે ધડાકામાં એની લાશના ફુરચેફુરચા ઊડી જશે. પછી અમે હ્યુમન રાઇટ્સ અને એમનેસ્ટી ઇન્ટરનેશનલ જેવી સંસ્થાના કાન કાણા કરી નાખીશું કે અમારા દેશના પ્રતિનિધિમંડળને કસબની અસલ ઓળખ સ્થાપિત કરવા માટે મળવાની પરમિશન આપો. કસબ તો હશે જ નહીં એટલે તમારી બદનામી થશે. કસબની હત્યા થઈ એવું કહેશો તો નાક કપાશે એટલે આળ આવશે ભારત પર. અમે ચેનાબ, રાવી કે સતલજ નદીના નિર્મળ પાણીમાં છબછબિયાં કરીશું ને તમે રાતે પાણીએ રડજો. કોર્ટનો ચુકાદા આવ્યા પહેલાં એની હત્યા કરી નાખ્યાનો હોબાળો તો બરાબરનો મચી જશે. સમજ્યા?"

તેજસ્વિની થોડીઘણી સ્વસ્થ થઈ, "પણ આ બધામાં મને કેમ બોલાવી?"

"અરે છોકરી, તું તો બહુ ખાસ છો મારા માટે. આ લોકો આમ આદમી છે એટલે કદાચ સરકાર મારી માગણી ન માને પણ તું તો વી.વી.આઇ.પી. છો. આમેય તારા દાદા સાથે જૂનો હિસાબ પતાવવાનો છે મારે."

"કેવો હિસાબ?"

"છેક 1971નો. તમારા ભારતે અમારા પાકિસ્તાનના ભાગલા કર્યા એ વરસનો. મારા દાદા પાકિસ્તાન આર્મીમાં હતા. નાછૂટકે ભારતીય લશ્કર સામે સમર્પણ કરનારી સેનાના એક ઑફિસર હતા. પછી લશ્કરમાં, સમાજમાં અને મહોલ્લામાં ખૂબ મેણાટોણા સાંભળવા પડ્યા, ઠઠ્ઠામશ્કરીનો ભોગ બન્યા. આનાથી કંટાળીને એક રાતે દાદાજીએ ઘરના પંખા પર લટકીને જીવ આપી દીધો, પણ એમની લાશ જોનારામાંથી કોઈએ ન સહાનુભૂતિ વ્યક્ત કરી, ન સાચાંખોટાં આંસુ સાર્યાં."

"પણ એમાં હું ક્યાં આવી?"

"પાકિસ્તાનની શરણાગતિ અગાઉ તમારા દાદા બખ્તાવરને પરાક્રમ બતાવવાનું શૂળ ઊપડ્યું હતું. શરણાગતિ વખતે એમના ચહેરા પરનું સ્મિત આજેય મને ઊંઘવા દેતું નથી. દાદાજાનની ખુદકુશી એમના એકના એક દીકરાથી સહન ન થઈ અને એ પાગલ જેવા થઈ ગયા. એમાં મારી કરિયર રોળાઈ ગઈ, પણ આજે તમારા દેશ સામે લડનારા જેહાદીઓમાં હું મોખરે છું. યસ, માય નેમ ઇઝ ખાન, ઝફરુલ્લા ખાન. હું પાકિસ્તાનનું વિનિંગ ટ્રમ્પકાર્ડ જેને અત્યાર

સુધી છુપાવી રખાયું હતું. મિશન કસબ માટે મારી પસંદગી થઈ. મને પ્રોજેક્ટ હિન્દુસ્તાન કી બરબાદી માટે પસંદ કરાયો, જેનો મને ફક્ર છે. હવે દાદાનું વેર પૌત્રી સામે વાળીને તારા એ ડોસાને રાતે પાણીએ રડાવીશ."

તેજસ ઊભો થઈ ગયો. તેજસ્વિની સામે જોયું, "જો કટપીસ..."

કટપીસ ખડખડાટ હસી પડ્યો, "અરે, હા, મહત્ત્વની વાત રહી ગઈ. હું શિકારને ખતમ કરી નાખ્યા બાદ એના એટલા ઝીણા ઝીણા ટુકડા કરું ને એ પણ કસાઈખાનના છરાથી એટલે મને આ નામ મળ્યું કટપીસ. પણ તમારા માટે મેં એનાથીય શાનદાર વ્યવસ્થા કરી છે. ધ્યાનથી સાંભળો, ખુશ થઈ જશો. ઘરમાં મેં ત્રણ ટાઇમ બૉમ્બ લગાવી દીધા છે. થોડી મિનિટનું ટાઇમર ગોઠવીને રવાના થતાં અગાઉ આખા ઘરમાં પેટ્રોલ છાંટી દઈશ."

અનન્યાએ રોષ વ્યક્ત કર્યો, "પેટ્રોલ?"

કટપીસ હસી પડ્યો, "ડોન્ટ વરી. મર્યા બાદ તમને પોતાને ખર્ચે અગ્નિદાહ મળે એવી મેં વ્યવસ્થા કરી છે. તમારી ગાડીમાંથી કાઢેલું પેટ્રોલ ગેલનમાં ભરીને લાવ્યો છું. બૉમ્બ વિસ્ફોટથી વગર કાપ્યે બધાના ટુકડેટુકડા થઈ જશે. પછી પેટ્રોલની આગ એટલી ઝડપથી ફેલાઈ જશે કે તમને કંઈ કરતા કંઈ ખબર નહીં પડે, હોં."

એકદમ સોપો પડી ગયો. કોઈ કંઈ બોલી ન શક્યું. કટપીસ હળવે પગલે તેજસ અને અનન્યા પાસે ગયો, "મારો આભાર તો માનો. બૅન્ક લૂંટવાની બદનામીથી બચાવી લીધા કે નહીં? સ્વમાનભેર મરી શકશો ને?"

કટપીસ પોતાની ડંફાસ મારતો તેજસ, અનન્યા, મોના, યશ અને તેજસ્વિનીની આસપાસ ફર્યો. એ પોતાના ગુમાનમાં હતો. પૂરેપૂરા તોરમાં હતો. ઉપર જાનીકાકા ચૂપચાપ બધું સાંભળતા હતા. ચહેરા પર કોઈ જાતના ભાવ વગર તેઓ વ્હીલચૅરને પાછળ લઈ ગયા. ધીમી ગતિએ રિવર્સમાં રૂમની અંદર ગયા.

કટપીસે ઘડિયાળમાં જોયું. પછી તેજસનો ફોન ઉપાડીને પોલીસ કમિશનરને ફોન કર્યો, "તને મોતની ચીસ સાંભળીને ઝડપથી પગલાં ભરવાનું ફાવશે? તો એકને બદલે બે-ત્રણ સંભળાવું."

"અરે કસબ કંઈ નાનોસૂનો કેદી નથી. તાત્કાલિક મંજૂરી મેળવી લીધી છે. જેલર ગભરાઈ ગયો. એને લેખિત જોઈએ છે. એટલે થોડીવાર લાગી. વધુમાં વધુ એક કલાકમાં હું પોતે ત્યાં પહોંચી જઈશ કસબને લઈને. આઇ પ્રોમિસ."

"ગુડબાય, એક કલાક બાદ લાશ પડવા માંડશે. ગોળી મારતો જઈશ અને એક-એકને નીચે ફેંકતો જઈશ. પછી તું પ્રેક્ષક બનીને જોતો રહેજે. તારો આખો દેશ 26 નવેમ્બરને ભૂલી શક્યો નથી ને હજી? અમે મોતનો ખેલ ખેલ્યા, ને

તમે ટીવી પર લાઇવ શો જોયો. એકદમ ચૂપચાપ. મૂક પ્રેક્ષક બનીને. એ શો ફરી ન જોવો હોય તો કસબને સમયસર હાજર કર વર્ના…"

કટપીસે ફોન કટ કરીને અટ્ટહાસ્ય કર્યું, "લાઇવ શો ઑફ ડેથ… સાયલન્ટ ઑડિયન્સ" એ પાગલની જેમ હસે છે, "હિન્દુસ્તાની તુમ યહી કર સકતે હો."

એ જ સમયે જોરદાર ધડાકા સાથે કટપીસ પર કંઈક પડ્યું. કટપીસ ગડથોલિયું ખાઈ ગયો. એના હાથમાંથી રિવૉલ્વર નીચે પડી ગઈ. ઉપરની રૂમમાંથી રોષભેર વ્હીલચૅર દોડાવીને રેલિંગ તોડીને જાનીકાકાએ કટપીસ પર ધુબાકો માર્યો હતો. મોનાએ દોડીને કટપીસની રિવૉલ્વર ઊંચકી લીધી. તેજસે બનતી ત્વરાએ નકશીદાર ટિપૉય નીચે સંતાડી રાખેલી રિવૉલ્વર ખેંચી કાઢી. એ લોકો કંઈ કરે એ અગાઉ અનન્યાએ પાણી પીવાના બહાને રસોડામાં જઈને સંતાડીને લાવેલી છરીથી કટપીસ પર ઘા કર્યો. એ હચમચી ગયો. છરી જમણા ખભામાં ઘૂસી ગઈ. એના મોઢામાંથી ભયંકર ચીસ નીકળી ગઈ. યશે ઝડપભેર જાનીકાકાને ઊંચકીને સોફા પર બેસાડ્યા. પછી તેણે તેજસ્વિનીને દોરીના બંધનમાંથી મુક્ત કરી.

ભયંકર પીડા વચ્ચે થોડીક કળ વળતા તેજસ અને મોનાના હાથમાં રિવૉલ્વર જોઈને કટપીસ સ્તબ્ધ થઈ ગયો. પોતાના ભાવ સંતાડી રાખવાની નાકામ ચેષ્ટા કરતા એ માંડ માંડ બોલ્યો, "ગમે તેટલા હથિયાર હાથમાં હોય પણ તમે કંઈ નહીં કરી શકો. મારા માથાનો વાળ પણ વાંકો કરવાની તમારા હિન્દુસ્તાનીઓમાં તાકાત નથી. પોતાના ભાઈઓનાં મોત જોતાં રહો, એકદમ શાંતિથી."

જાનીકાકાએ બાજુમાં પડેલો લૅન્ડલાઇન ફોન ઉપાડીને કટપીસ પર ફેંક્યો. તેમણે જોરથી બૂમ પાડી, "ચૂપ, એકદમ ચૂપ. 2008ની 26મી નવેમ્બરે મારો પરિવાર ભુસાવળ જવાના ઉત્સાહમાં હતો. મારો ગ્રાન્ડસન મામાને ઘરે જવા ઉતાવળો હતો. એનાં મમ્મી-પપ્પાય ખુશ હતાં ત્યાં જ તારા કસબે એ નિર્દોષોને મસળી નાખ્યાં. એ બધું મેં ટીવીમાં જોયું. જાત પર ખૂબ ચીડ ચડી કે એ જોઈને જીવ કેમ ન જતો રહ્યો? ઉપરવાળાને ખૂબ સાચુંખોટું સંભળાવ્યું, પણ હવે સમજાયું કે કોઈ જલ્લાદ કસબને છોડાવી ન જાય એટલે મને જીવતો રાખ્યો હતો. મારા ભગવાને."

કટપીસ હસી પડ્યો, "ડોસા, એક પગ કબરમાં છે તોય જોશ ઘણું બતાવ્યું, પણ એનાથી કંઈ થવાનું નથી. પોલીસ કસબને લઈને આવતી હશે. એ આવશે એટલે એને મારી નાખીશ. પછી તમારો વારો… તમે કંઈ કરી શકવાના નથી. દાળભાત ખાનારાઓને તોપ આપો કે તલવાર, બચાડા શું કરવાના? તમે પોલીસને ફોન કરો તો પણ કંઈ ઊપજવાનું નથી. તમે કંઈ ન કરી શકો…

કંઈ જ નહીં. ગરબા રમવાનું પ્લાનિંગ કરો કાં શૉપિંગ કરો. બસ, અમે મારતા રહીશું, તમે મરતા રહેજો અને જીવતા બચે એ જોતા રહેશે. પોતાનો વારો આવવાની રાહ જુઓ."

એ જ સમયે સનન કરતી એક ગોળી આવીને કટપીસના ડાબા ખભા પર વાગી. બધાએ જોયું તો મોનાની રિવૉલ્વરમાંથી ધુમાડો અને આંખમાંથી આગ નીકળતી હતી, "મારે શૂટિંગ કમ્પિટિશનમાં મેડલ જીતવાનો છે. પ્રૅક્ટિસ માટે તારાથી સારો ટાર્ગેટ ક્યાં મળવાનો? કેવું લાગ્યું મારું નિશાન? શાબાશ તો બોલ ક ક ક કટપીસ!"

કટપીસ ગુસ્સા અને પીડામાં જોરથી થૂંક્યો, "જીવ લેવો તને નહીં ફાવે છોકરી. બહાદુરી તમારા લોકોનું કામ નહીં હોં."

તેજસ પાગલ આખલાની જેમ ધસી ગયો, "આ બધું અમારું કામ નહીં એમ? કેટલા યુદ્ધમાં તમને હરાવ્યા છે એ ભૂલી ગયો? અમે શું કરી શકીએ છીએ એ બતાવું તને... હમણાં ને હમણાં..."

મોનાએ કટપીસના વાળ પકડીને ખેંચ્યો, "અમારો દેશ એક-એક લોટો પાણી નાખશેને સરહદ પર તો તારો દેશ તણાઈ જશે."

યશ મૂછને વળ દેતો હોય એમ સામે ગયો, "તેં વૉટ્સએપ પર વાંચ્યું નહીં હોય. ભારતવાળા એક સમયે સાથે મૂત્ર વિસર્જન કરે તોય તમે બધા ડૂબી જશો. સમજ્યો?"

કોઈ કંઈ સમજે એ પહેલાં તેજસે એક-એક ગોળી કટપીસના જમણા અને ડાબા પગમાં ધરબી દીધી. કટપીસના મોઢેથી ભયંકર ચીસ નીકળી ગઈ, "બેવકૂફ, અમે અહિંસામાં માનીએ છીએ. ન્યાયમાં વિશ્વાસ રાખીએ છીએ. માનવતાના પૂજારી છીએ. બાકી આમાંથી એકાદ ગોળી તારા માથામાં મારી દીધી હોત કે નહીં?"

કટપીસ ઉર્ફે ઝફરુલ્લા ખાન તાલીમબદ્ધ જેહાદી હતો. પડવા છતાં ટંગડી ઊંચી રાખતા તે ગાંગર્યો, "બોલાવ, પોલીસને બોલાવ. જેલમાં જવા હું તૈયાર..."

"ના, ના, તું અમારી જેલનેય લાયક નથી." જાનીકાકાએ ચીસ પાડી, "આને ખતમ કરી નાખો. મને રિવૉલ્વર આપો." ઊંચા અવાજે બોલવાથી એમને હાંફ ચડ્યો, ત્યારે આંખમાં લાવારસ ભભૂકતો હતો. બધા એમને જોઈ રહ્યાં. એ પળનો લાભ લઈને કટપીસ અચાનક પોતાની વાયોલિન તરફ લપક્યો. તેણે જોરથી વાયોલિન પછાડ્યું તો એમાંથી ગ્રૅનેડ બહાર આવ્યો. એ લેવા કટપીસે હાથ લંબાવ્યો. એ સાથે ધડાધડ ત્રણ ગોળી એના માથા અને છાતીમાં ઘૂસી ગઈ.

મોનાના ચહેરા પર પ્રૅક્ટિસ કરતાં ખેલાડી જેવી સ્વસ્થતા હતી. એની

રિવૉલ્વરનું નાળચું હજી ગરજવા માટે તત્પર દેખાયું. તેજસ, અનન્યા, મોના અને તેજસ્વિની દોડીને એની પાસે ગયાં. અનન્યાએ એને બાથમાં લઈ લીધી. તેજસને દીકરી પર ગર્વ થયો. યશ અને તેજસ્વિની અહોભાવભરી નજરે મોનાને તાકી રહ્યાં.

ડોરબેલના અવાજે ખલેલ પાડી. તેજસે ડોર આઇગ્લાસમાં જોઈને દરવાજો ખોલ્યો. ડીસીપી જાડેજા કોઈ શખસને માથે કપડું ઓઢાડીને લાવ્યા હતા, પણ તેજસના હાથમાં રિવૉલ્વર જોઈને જાડેજાને આંચકો લાગ્યો. તેઓ કંઈ બોલે એ પહેલાં તેજસે મોઢું ઢાંકેલા શખસના માથા પર રિવૉલ્વર મૂકી દીધી, "આ કસબનો ખેલ પણ આજે ખતમ કરી નાખીએ."

જાડેજાએ તેજસને ખભે હાથ મૂક્યો, અને પેલાના માથા પરથી કપડું ખેંચી કાઢ્યું, "આ પોલીસનો વિશ્વાસુ માણસ છે. ત્યાંનો નજારો જોઈને જાડેજાએ તરત અમર્ત્યદાસને ફોન કર્યો, "મિશન કામિયાબ." જાડેજાએ ટૂંકમાં જણાવ્યું. સામેથી દાસે જરૂરી સૂચના આપી. જાડેજાએ બધા સામે ગૌરવથી જોયું, "સેલ્યુટ ટુ ઑલ ઑફ યુ. મને પૂરી વાત માંડીને કરો." સાથે આવેલા પોલીસવાળાના કાનમાં જાડેજાએ ફૂંક મારી અને એ રવાના થયો.

જાડેજાએ બધી વાત સાંભળીને આમ ભારતીય નાગરિકોની વીરતા પર આનંદ-ગર્વ વ્યક્ત કર્યા. થોડીવારમાં ચાર મેડિકલ ટીમ ચાર સ્ટ્રેચર સાથે આવી. એકમાં જોશીકાકા, બીજામાં તેજસ, ત્રીજામાં અનન્યા, અને ચોથામાં મોનાને સૂવડાવી. દરેક સ્ટ્રેચરમાં પર પાથરેલા કપડાના લાંબા ટુકડામાં ન દેખાય એ રીતે એસ.આર.કે., શાંતિ અને માસ્ટરની લાશ સૂવડાવાઈ. ચોથા સ્ટ્રેચરમાં નીચે મુશ્કેટાટ બાંધીને કટપીસની લાશ શણની ગૂણમાં મૂકી દેવાઈ.

પાડોશીઓને નવાઈ લાગી તો કારણ અપાયું ફૂડ પોઇઝનનું. જોશી પરિવારની હાજરીમાં એસ.આર.કે.ના અંતિમ સંસ્કાર થયા. માસ્ટર અને શાંતિના મૃતદેહ લાવારીસ લાશ તરીકે થોડા દિવસ રખાયા. કટપીસની લાશનો નિકાલ દરિયાની અધવચ્ચે કરી દેવાયો, પણ એ પહેલાં એનો ચહેરો ક્યારેય ન ઓળખાય એ માટે ઘટતાં પગલાં ભરાયાં હતાં.

જોશી પરિવાર, જાનીકાકા અને તેજસ્વિનીને વિનંતી કરાઈ કે દેશના હિતમાં આ ઘટનાને દુઃસ્વપ્નની જેમ કાયમ માટે ભૂલી જવાનું રાખજો પ્લીઝ. તેજસ્વિનીને તો દાદાએ પણ સ્કૂલમાં રાણી લક્ષ્મીબાઈનું પર્ફોર્મન્સ શરૂ કરતા અગાઉ કાનમાં આ મતલબની ફૂંક મારી દીધી.

•

અમર્ત્ય દાસની સૂચના મુજબ ડીસીપી જાડેજાએ ખુશાલી એપાર્ટમૅન્ટમાં બે દિવસમાં થયેલી ઘટનાઓને 'ફાઈલ-K'માં શબ્દસ્થ કરી. દાસે સાંત્વન આપ્યું કે આપણે પડદા પાછળના લડવૈયા છીએ. સામાન્ય સંજોગોમાં તમને વીરતા માટે ઍવૉર્ડ મળ્યો હોત. જાડેજા હસીને બોલ્યો, "સર, માતૃભૂમિ માટે સેવા કરવા મળી એ જ મોટો ઍવૉર્ડ છે મારા માટે."

•

પોલીસ તરીકે ઇમાનદારીપૂર્વક ફરજ બજાવ્યા બાદ દીકરા વીરેન્દ્રને લાઇફમાં સેટ કરીને ડીસીપી જાડેજાએ રિટાયરમૅન્ટની રાતે જ હાર્ટઍટેકમાં દેહ છોડી દીધો. સાથે લઈ ગયા ઘણાં સંભારણાં અને સંતોષ. પાછળ છોડી ગયા એ ફાઈલ વીરેન્દ્ર જાડેજાએ વાંચવાની પૂરી કરી ત્યારે સવાર પડવામાં હતી. તે ઊભો થઈને પપ્પાના ફોટાને પગે લાગ્યો. બે ડગલા પાછળ હટીને સેલ્યુટ કરીને બોલ્યો, "જયહિંદ. આઇ એમ પ્રાઉડ ઑફ યુ." આ સાથે પપ્પાનો આદેશ યાદ આવ્યો. તરત ગૅસ પેટાવીને ફાઈલ જ્વાળા પર મૂકી. આગ વચ્ચે ભડભડ બળવા માંડી 'ફાઈલ-K.'

* * *

www.ingramcontent.com/pod-product-compliance
Ingram Content Group UK Ltd.
Pitfield, Milton Keynes, MK11 3LW, UK
UKHW041314190726
13845UKWH00025B/269